பணமதிப்பு நீக்கம்

ஷ்யாம் சேகர், நிறுவனர் - ஐதாட்

பொருளாதார சிந்தனையாளர். பங்குச் சந்தை முதலீட்டு ஆலோசனைகள் வழங்கிவரும் நிறுவனத்தை நடத்தி வருகிறார். பெங்களூர் ஐஜஎம்-ல் படித்தவர். நடப்பு அரசியல், பொருளாதார மாற்றங்கள் குறித்து இன்றைய ஊடகங்களில் பேசியும் எழுதியும் வருபவர்.

தேவராஜ் பெரியதம்பி, பத்திரிகையாளர்

விகடன் மாணவ பத்திரிகையாளர் திட்டத்தில் பயிற்சி பெற்றவர். பொறியியல் பட்டதாரி. புதிய தலைமுறை தொலைக்காட்சியில் நிகழ்ச்சி தயாரிப்பாளராக பணிபுரிந்தவர். சமூகப் பொருளாதார பிரச்சினைகள், பன்னாட்டு உறவுகள், நடப்புப் பொருளாதார மாற்றங்கள் குறித்து தற்போது கட்டுரைகள் எழுதி வருகிறார்.

பணமதிப்பு நீக்கம்

ஷ்யாம் சேகர்
தேவராஜ் பெரியதம்பி

பணமதிப்பு நீக்கம்

Panamathippu Neekkam
Shyam Sekar, Devaraj Periyathambi ©

First Edition: January 2017
80 Pages
Printed in India.

ISBN 978-81-8493-709-1
Kizhakku - 965

Kizhakku Pathippagam
177/103, First Floor,
Ambal's Building, Lloyds Road,
Royapettah, Chennai - 600 014.
Ph: +91-44-4200-9603

Email : support@nhm.in
Website : www.nhm.in

 kizhakkupathippagam
 kizhakku_nhm

Authors email: shyamsek@gmail.com, rockdeva.2020@gmail.com

Kizhakku Pathippagam is an imprint of New Horizon Media Private
Limited.

★

என் தமிழ் ஆசான்கள்
திரு. ராகவனுக்கும் திரு. டேவிட் பாஸ்கரதாசு அவர்களுக்கும்...

- ஷ்யாம் சேகர்

அப்பா பெரியதம்பிக்கும் அம்மா கிருஷ்ணவேணிக்கும்...

- தேவராஜ் பெரியதம்பி

உள்ளே ...

1

பணமதிப்பு நீக்கம்

அந்த மாலைப் பொழுது பெரும் எதிர்பார்ப்போடு நகர்ந்து கொண்டிருந்தது. விடிந்தால், அமெரிக்க வரலாற்றிலேயே மிகவும் கடுமையான அரசியல் போட்டியின் முடிவு தெரிந்துவிடும். இதற்குமுன் இல்லாத அளவுக்கு அமெரிக்கக் குடியரசுத் தலைவர் தேர்தல் முடிவுகள்மீது இந்திய மக்கள் அதிக கவனம் செலுத்தினர். இந்திய ஊடகங்கள் அமெரிக்கத் தேர்தலுக்கு மிகுந்த முக்கியத்துவம் கொடுத்துவந்தன. ஹில்லரி கிளிண்டன் வெல்வாரா அல்லது டானல்ட் டிரம்ப் வெல்வாரா என்ற ஆர்வம் இந்தியர்கள் மத்தியில் அதிகமாகவே நிலவியது. நம் நாட்டின் பொருளாதாரத்தை இந்தத் தேர்தல் முடிவு பாதிக்கும் என்ற உணர்வும் எதிர்காலம் சார்ந்த கவலைகளும் இந்த முடிவின்மீது இருந்ததால் இத்தேர்தல் இந்தியாவில் பெரும் பரபரப்பையும் விவாதத்தையும் ஏற்படுத்தி யிருந்தது.

இது சார்ந்த விவாதமே அன்றைய மாலைப்பொழுதை ஆக்கிரமித்திருந்தது. ட்விட்டர் உட்பட சமூக ஊடகங்களில் இந்தியர்களின் கவனம் முழுதும் டிரம்பின் விதி என்னவாகும் என்பதை மையப்படுத்தியே நகர்ந்தது. அந்த மாலைப் பொழுதில், இந்திய பிரதமர் வசிக்கும் நம்பர் 7, லோக் கல்யாண் மார்க்கில் அவசரமாகக் கூட்டம் ஒன்று கூட்டப்பட்டதை யாரும் கவனிக்கக் கூட இல்லை. அமைச்சர்கள் அனைவரும் கூட்டத்தின் நோக்கம

என்ன என்று ஆளுக்கொரு யூகம் செய்துகொண்டே பிரதமர் இல்லத்தில் கூடினர்.

மத்திய அமைச்சரவையின் கூட்டம் ஏழு மணிக்கு கூட்டப்பட்டது. எல்லா அமைச்சர்களும் தங்கள் கைப்பேசிகளை வெளியில் வைத்துவிடவேண்டும் என்று அறிவுறுத்தப்பட்டனர். அவசர அவசரமாகக் கூட்டப்பட்ட இந்தக் கூட்டம் எதற்காக என்று ஒரு ஐயம் அனைவரிடத்திலும் இருந்தது. சரியாக ஏழு மணிக்கு, கூட்டம் நடக்க இருந்த அறைக்குள் பிரதமர் நுழைந்தார். ஒரு மிக முக்கியமான அறிவிப்பை வெளியிடப்போவதாகக் கூறினார். கருப்புப் பணம் இந்தியப் பொருளாதார வளர்ச்சிக்குப் பாதகமாக உள்ளதைக் குறிப்பிட்டார். மேலும், உலக நாடுகள் மத்தியில் நம் நாட்டின் மதிப்பைக் குறைக்கும் சில பாதிப்புகளைச் சுட்டிக் காட்டினார். புள்ளிவிவரங்கள் சிலவற்றை எடுத்துரைத்த பிரதமர், அடுத்து அமைச்சரவை எடுக்கவேண்டிய முடிவை முன்மொழிந்தார்.

500 மற்றும் 1000 ரூபாய் நோட்டுகள் அன்று (நவம்பர் 8) நள்ளிரவு முதல் செல்லாது என்றும் அவற்றை இனி வங்கியில் கொடுத்து மட்டுமே மாற்றிக்கொள்ளவேண்டும் என்பதுதான் அது. இதற்குமுன் இதே மாதிரியான ஒரு முடிவை மொராார்ஜி தேசாய் தன்னிச்சை யாக எடுத்ததைச் சுட்டிக்காட்டிய பிரதமர், தான் அவ்வாறு முடிவெடுக்க விரும்பவில்லை என்றும், அமைச்சரவையின் ஒப்புதல் பெற்றே இந்த முடிவு எடுக்கப்படும் என்றும் அறிவித்தார். ஒப்புதல் தீர்மானம் நிறைவேற்றப்பட்டது.

முடிவை பிரதமர் மட்டுமே எடுத்தார் என்றாலும், அதற்கு அமைச்சரவையின் முன் ஒப்புதல் பெறப்பட்டதின் நுண் அரசியல் அறையில் இருந்த மூத்த அரசியல் தலைவர்களுக்கு நன்கு புரிந்திருக்கும். கூட்டத்தில் இருந்த அனைவரும் அந்த அறையி லேயே தொடர்ந்து இருக்குமாறு வேண்டுகோள் விடுக்கப் பட்டது. பிரதமர் அந்த அறையை விட்டு வெளியேறி நாட்டுக்கு உரை நிகழ்த்தினார். பிரதமர் உரையை அமைச்சர்கள் அந்த அறையில் இருந்தபடியே கேட்டனர்.

சரியாக ஏழு மணிக்கு அமைச்சரவைக்குத் தெரிவித்த முடிவை பிரதமர் நேரடித் தொலைக்காட்சி உரைமூலம் எட்டு மணிக்கு நாட்டுக்கு அறிவித்தார். 37 நிமிடங்கள் 36 வினாடிகள் இந்தியிலும் 25 நிமிடங்கள் 7 வினாடிகள் ஆங்கிலத்திலும் உரை நிகழ்த்திய பிரதமர் இந்தத் திட்டத்துக்கு மக்களின் ஆதரவை நேரடியாக

நாடினார். பணமதிப்பு நீக்கத் திட்டத்தை அறிவித்த பிரதமர், இதற்கான நான்கு இலக்குகளைத் தன் உரையில் தெரிவித்தார்.

1. தீவிரவாத நடவடிக்கையை ஒழிப்பது
2. ஊழலை ஒழிப்பது
3. போதைப்பொருள் கடத்தலை ஒழிப்பது
4. ஹவாலா தொழிலை முடக்குவது

ஆகிய இந்த நான்கையும் பணமதிப்பு நீக்கம் மூலம் சாதிக்க முடியும் என்று பிரதமர் நாட்டுக்கு ஆற்றிய உரையில் நம்பிக்கை தெரிவித்தார்.

பிரதமர் உரையை நிறைவேற்றியபின்பே அமைச்சரவை உறுப்பினர்கள் கூட்ட அறையை விட்டு வெளியேறினர். பிரதமர் இப்படி ஓர் அறிவிப்பைத் திடீரென்று வெளியிடுவார் என்று இந்திய மக்கள் யாருமே எதிர்பார்த்திருக்கவில்லை.

அமைதியான நடப்புக்கும் நிதானமான முடிவுகளுக்கும் பேர் எடுத்த ரிசர்வ் வங்கி இந்த முடிவுக்குத் தன்னை நவம்பர் ஆறாம் தேதி முதலே தயார்படுத்திக்கொண்டிருந்தது. நவம்பர் எட்டாம் தேதி காலை நடந்த கூட்டத்துக்கு அனைத்து வங்கிகளின் செலாவணித் துறைத் தலைவர்கள் அழைக்கப்பட்டிருந்தனர். புதிய செலாவணி அடங்கிய பெட்டகங்கள் அவர்களுக்காகக் காத்திருந்தன. முன் உத்தரவு பெற்றபின்பே அவற்றைத் திறக்க வேண்டும் என்று உத்தரவு வழங்கப்பட்டிருந்தது. ரூபாய் நோட்டுகள் செல்லாது என்று பிரதமர் அறிவித்தபிறகே, பெட்டகங்களைத் திறக்கும் உத்தரவு வங்கிகளுக்கு வழங்கப்பட்டது.

அமைச்சரவைக் கூட்டம் நடந்த அதே நேரம், ரிசர்வ் வங்கி ஆளுநர் அனைத்து வங்கிகளின் தலைவர்களையும் அழைத்திருந்தார். சரியாக 7 மணிக்குத் தொடங்கிய அந்தக் கூட்டத்திலும் யாருக்கும் கூட்டம் கூட்டப்பட்டதற்கான காரணம் தெரியவில்லை. எட்டு மணிக்குப் பிரதமர் உரையைப் பார்த்தே வங்கித் தலைவர்கள் இந்த முடிவைத் தெரிந்துகொண்டனர்.

மிக ரகசியமாக எடுக்கப்பட்ட இந்த முடிவு பெரும் அதிர்வுகளை ஏற்படுத்தியது. எட்டாம் தேதி இரவு 8 மணி தொடங்கி 12 மணி வரை, மும்பை, தில்லி உட்பட அனைத்து நகரங்களிலும் மக்கள் தங்க நகைக் கடைகளுக்குப் படையெடுத்தனர். தங்கள் வசம் இருந்த கணக்கில் காட்டப்படாத 500, 1000 ரூபாய் ரொக்கத்தைத்

தங்கமாக மாற்றிக்கொள்ள 30% அதிக விலை கொடுக்கத் தயாராகப் பலர் இருந்தனர். சாதாரண நடுத்தர மக்கள் தங்கள் உடனடித் தேவைகளை நிறைவு செய்ய ஏடிஎம்களுக்குப் படையெடுத்தனர். அன்று இரவு, நாடெங்கும் ஏடிஎம் முன்பாக மக்கள் கூட்டம் கூடியது. ஏடிஎம்களில் இருந்த பணத்தை எடுத்துக்கொண்டது. அடுத்த இரண்டு நாட்கள் ஏடிஎம் அனைத்தும் மூடப்படும் என்று பிரதமர் உரையில் குறிப்பிட்டது பலரை அதிர்ச்சியில் ஆழ்த்தியது.

நகரின் பெரும்பான்மை நடுத்தர மக்கள், பெரும்பாலும் கடன் அட்டையையும் (கிரெடிட் கார்டு) பற்றட்டையையும் (டெபிட் கார்டு) கொண்டே தங்கள் இயல்பு வாழ்க்கையை நடத்தப் பழகியிருந்தாலும், அவர்கள் மனத்திலும் ரொக்கம் சார்ந்த பதட்டமும் அச்சமும் பெருகின. ரொக்கம் கொண்டே வாழ்க்கை நடத்தும் பெரும்பாலானோர் தங்கள் வசம் இருந்த நோட்டுக்கள் 500 அல்லது 1000 ரூபாய் மதிப்பு கொண்டவையே என்பதை உணர்ந்ததும் பெரும் கவலைக்கு ஆளாகினர். மதிப்பு இழந்த பணத்தைக் கையில் வைத்துக்கொண்டு மருத்துவம் போன்ற அவசரச் செலவுகள் செய்யவேண்டிய கட்டாயத்தில் இருந்தவர்கள் பெரும் அவதிக்கு ஆளாகினர்.

அன்று இரவு இந்தச் செய்தியைக் கேட்டு மாரடைப்பில் பலர் இறந்திருக்கலாம்! எவ்வளவு கருப்புப் பணம் வேண்டுமானாலும் வைத்துக்கொள்ளலாம், எப்படி வேண்டுமானாலும் தொழில் செய்யலாம், சட்டப்படி வரி செலுத்தாமலேயே வாழ்க்கை நடத்தலாம் என்று இருந்தோருக்கு அன்றைய இரவு தூக்கமில்லாத ஒன்றாகவே அமைந்தது. ஆனால் இந்தியர்களுக்கு இதுமாதிரி யான முடிவு புதிதல்ல. இதற்கு முன்னர் இருமுறை நம் நாட்டில் பணமதிப்பு நீக்க முடிவுகள் எடுக்கப்பட்டிருந்தன.

1946-ல் ஆங்கிலேயர் ஆட்சிக்காலத்தில் இந்தியாவின் முதல் பணமதிப்பு நீக்கம் நடந்தது. ஜனவரி 12, 1946 நடந்த இந்த நிகழ்வைப் பற்றி அதிகப் பதிவுகள் இல்லை. ரிசர்வ் வங்கியின் வரலாற்றுப் பதிவுகளும் சில தினசரிகளின் தலையங்கக் கட்டுரைகளுமே இந்த நிகழ்வை ஆவணப்படுத்தியுள்ளன. இந்த நிகழ்வுக்கு முன்னோடியாக இங்கிலாந்தில் 10 பவுண்டுக்கு அதிகமான நோட்டுக்களை செல்லாமல் செய்த பேங்க் ஆப் இங்கிலாந்தின் நடவடிக்கை அமைந்திருந்தது. இங்கிலாந்திலும் சரி, நம் நாட்டிலும் சரி, இந்த முடிவின் பின்னணியாக இருந்தது கட்டுக்கடங்காத கருப்புப் பண புழக்கமும் கள்ளச் சந்தையின்

தாக்கமும்தான் என்று ரிசர்வ் வங்கியின் வரலாற்றுக் குறிப்புகள் கூறுகின்றன. ஆகவே, பணமதிப்பு நீக்கம் பணவீக்கத்தையும் விலைவாசி உயர்வையும் கட்டுப்படுத்துவதற்குக் கொண்டுவரப் பட்ட ஒரு பொருளாதார உத்தியாகத்தான் அப்போது பார்க்கப்பட்டது.

ஆனால், தொடர்ந்து வந்த காலகட்டத்தில் பணவீக்கம் கட்டுக்குள் வரவில்லை என்பதே வரலாறு. ஆகவே, பணமதிப்பு நீக்கம் அன்று கொண்டு வரப்பட்ட குறிக்கோளை நிறைவேற்றவில்லை என்பது தெளிவாகிறது. இதில், குறிப்பிடவேண்டிய அம்சம் என்ன வென்றால் அந்த காலகட்டத்தில் (1945-49) எல்லா ஆண்டுகளிலும் பருவமழை சராசரிக்கு அதிகமாகவே இருந்தது. ஆகவே, விவசாயம் சார்ந்த பொருளாதாரமாக இருந்தபோது, பருவமழை பொய்க்காத காலகட்டத்தில்கூட அன்றைய அரசுகள் விலை வாசியைக் கட்டுப்படுத்தத் திணறின என்பதை நாம் அறிந்து கொள்ளலாம்.

இந்தப் பணமதிப்பு நீக்கம் கருப்புப் பணத்தைக் குறைக்காது என்று அன்று ரிசர்வ் வங்கியின் ஆளுநராக இருந்த சிந்தாமன் தேஷ்முக் மிகத் தெளிவாக அன்றைய ஆங்கில அரசுக்கு எடுத்துரைத்திருந்தார். 'இந்தத் திட்டத்தின்மூலம், வரி ஏய்ப்பு செய்தவர்களிடமிருந்து அதிகபட்சம் ரூ. 10 கோடி அளவுக்கு மட்டுமே கருப்புப் பணத்தை வெளிக்கொணர முடியும். இதற்கு முன்னோடியும் இல்லை. பணத்துக்கு பதில் பணம் கொடுத்தால், அதை மாற்றிக்கொள்ளும் வழிகள் கண்டுபிடிக்கப்படும். ஆகவே, இந்தத் தருணத்தில் இந்தத் திட்டம் அவசியமானதா என்று அரசு யோசித்து முடிவெடுக்க வேண்டும். தவறு செய்யாதவர்களுக்கு ஏற்படப்போகும் இடையூறுகளைத் தவிர்ப்பது அவசியம். குறைந்தபட்சக் குறிக்கோள்களை இந்தத் திட்டம் சாதிக்கவேண்டும். இவ் விரண்டும் நடக்குமானால் மட்டுமே அரசு இந்தத் திட்டத்தைப் பரிசீலனை செய்யவேண்டும்' என்று அன்றைய ஆளுநரின் அறிவுரைக் குறிப்புகள் கூறுகின்றன.

அதற்குப்பின்னர் பதவி ஏற்ற சுதந்திர இந்தியாவின் முதல் அரசு தொடர்ந்து பண வீக்கத்தையும் அரசின் நிதி நிலையையும் கட்டுப்படுத்தத் திணறியது என்று ரிசர்வ் வங்கியின் வரலாற்றுக் குறிப்புகளே சொல்கின்றன. ஆட்சியாளர்களின் கொள்கைக் குழப்பங்கள், பணவீக்கக் கட்டுப்பாட்டுச் செயல்பாடுகளில் அவற்றின் வெளிப்பாடுகள், நிலையில்லா நிர்வாகச் செயல்கள் ஆகியவை அந்தக் காலகட்டத்தில் கட்டுக்கடங்காத பணவீக்கத்தில்

முடிந்தன. இதில், உற்பத்தி சார்ந்த தெளிவின்மையும் சந்தையின் போக்கைச் சீரமைத்து பதுக்கலைத் தடுக்கத் தவறியதுமே பணவீக்கத்தை ஓங்கச் செய்த முக்கியக் காரணங்களாகத் தோன்றுகின்றன.

1946 பணமதிப்பு நீக்க முடிவின் பின்னணி என்ன? அதன் விளைவு என்ன? புழக்கத்தில் இருந்த பணம் என்ன ஆனது?

1946 திட்டத்தை இரண்டு அறிவிப்புச் சட்டங்கள்மூலம் அரசு வெளியிட்டது. முதல் அறிவிப்பு வெளிவந்த ஜனவரி 12 அன்று விடுமுறை விடப்பட்டது. முதலில் 10 நாட்களுக்கு என்றே திட்டம் அறிவிக்கப்பட்டது. ஜனவரி 12 முதல் 23 வரை அவகாசம் கொடுக்கப்பட்டது. அதன் பிறகு, பிப்ரவரி 9 வரை அவகாசம் நீட்டிக்கப்பட்டது.

அன்று புழக்கத்தில் இருந்த இந்தியப் பணத்தில் 40% மட்டுமே இந்திய மண்ணில் இருந்ததாகக் கூறப்படுகிறது. மீதமுள்ள 60% வெளிநாடுகளில் இருந்ததாக அளவிடப்பட்டது. முதல் அவசரச் சட்டம், புழக்கத்தில் இருந்த எல்லாப் பணத்துக்கும் பொருந்தியது. ஜனவரி 22-ம் தேதி கொண்டுவரப்பட்ட இரண்டாம் அவசரச் சட்டம் இந்திய மண்ணில் உள்ள பணத்துக்கு என்று மட்டுமே இயற்றப் பட்டது. வெளிநாட்டில் உள்ள கருப்புப் பணம் எளிதில் உள்ளே கொண்டுவரப்படக்கூடாது என்ற குறிக்கோளுடன் கால அவகாசங்கள் கொடுக்கப்பட்டன. இரண்டாவது சட்டம் இந்தியாவில் உள்ள பணத்துக்கு மட்டுமே பொருந்தும் என்ற முடிவும் இந்த நோக்கோடுதான் என்றே தோன்றுகிறது.

முதல் பத்து நாட்களில் பணத்தை மாற்றிக்கொள்ளாதோர் உரிய காரணங்களைத் தெரிவித்தே மாற்றிக்கொள்ள முடியும் என்றும் இரண்டாவது அவசரச் சட்டம் கூறியது. ஆனால் அரசு விதித்த எந்தக் கட்டுப்பாடும் சீராக இயங்கவில்லை என்பதே வரலாறு. அன்று புழக்கத்தில் இருந்த ரூ. 143.97 கோடியில் ரூ. 134.9 கோடி மதிப்புள்ள அதிக மதிப்பு நோட்டுக்கள் மாற்றப்பட்டுவிட்டன. வெறும் ரூ. 9.07 கோடி மட்டுமே மாற்றாமல் நின்றுபோயின என்பது ஆவணப்படுத்தப்பட்டுள்ளது.

அன்றைய ஆளுநர், பின்னர் நிகழ்த்திய உரையில், 'இந்தத் திட்டத்தில் எந்தவித புரட்சிகரமான அம்சமும் இல்லை. இதன் விளைவாக கருப்புப் பணம் வைத்திருந்தோர் எந்தவிதத் தண்டனையையும் அனுபவிக்கவில்லை. நிர்வாகரீதியாக

அவர்களை அடையாளம் காண எந்த வழிமுறையும் அரசால் கையாளப்படவில்லை. பணத்தை வங்கிக்குக் கொண்டுவந்தவர் உண்மையில் தன் சொந்தச் சேமிப்பில் சேர்த்த பணத்தை மாற்றுகிறாரா அல்லது வேறு ஒருவர் சார்பாக மாற்ற முன்வருகிறாரா என்பதைக் கண்டறிய அரசால் முடியவில்லை. முக்கியமாக பல்வேறு சமஸ்தான மன்னர்களுக்கு இந்த அவசரச் சட்டத்தில் கொடுக்கப்பட்ட விதிவிலக்கு, இந்தத் திட்டத்தின் நோக்கத்துக்குப் பாதகமாக அமைந்தது. இறுதியில், ஏதோ ஒரு செலவை ஏற்று கருப்புப் பணத்தை மாற்றும் திட்டமாகவே இது அமைந்தது.' அன்றைய ரிசர்வ் வாங்கி ஆளுநரின் இந்த மேற்கோளை இன்றைய திட்டத்தின்மீது வைக்கப்படும் எதிர்வினைகளுக்கு முன்னோடியாக நாம் எடுத்துக்கொள்ளலாம்.

இதேபோல் சுதந்திர இந்தியாவில் 1978-ம் ஆண்டு மொரார்ஜி தேசாய் பிரதமராக இருந்தபோது பணமதிப்பு நீக்கம் கொண்டுவரப்பட்டது. 1978-ம் ஆண்டு பணமதிப்பு நீக்கம் எப்படி அரங்கேறியது? அதன் விளைவு என்ன?

ஜனவரி 16, 1978 அன்று மொரார்ஜி தேசாய் தலைமையிலான அரசு ரூ. 1,000, ரூ. 5,000, ரூ. 10,000 நோட்டுகளைப் பணமதிப்பு நீக்கம் செய்வதாக அவசரச் சட்டம் இயற்றப்பட்டு, ஜனாதிபதி நீலம் சஞ்சீவ ரெட்டியின் கையொப்பம் பெறப்பட்டது. அன்று காலை ஆல் இந்தியா ரேடியோவின் ஒன்பது மணிச் செய்தி அறிக்கை மூலம் இந்தச் செய்தி மக்களுக்குத் தெரிவிக்கப்பட்டது. ஜனவரி 17, 2016 அன்று அனைத்து வங்கிகளும் மூடப்பட்டன. ஜனவரி 16 மாலை தங்கள் கையிருப்பில் இருந்த ரூ. 1,000, ரூ. 5,000 மற்றும் ரூ. 10,000 நோட்டுகளின் வைப்பு எண்ணிக்கையை வங்கிகளும், அரசுக் கருவூலங்களும் ரிசர்வ் வங்கியிடம் கொடுக்குமாறு அறிவுறுத்தப்பட்டனர். மொரார்ஜி அரசு இந்தத் திட்டத்தைச் செயல்படுத்த ஒரு புதிய சட்டத்தைக் கொண்டுவந்தது. 'அதிக மதிப்பு வங்கி நோட்டு (பணமதிப்பு நீக்கம்) சட்டம் 1978' என்பது அதன் பெயர்.

அன்று ரிசர்வ் வங்கியின் ஆளுநராக இருந்தவர் ஐ.ஜி. படேல். பொருளாதார உலகில் பெருமதிப்புக்கு உரியவரும் பின்பு வந்த அனைத்துப் பொருளாதார ஆளுமைகளுக்கும் ஆசானாக மதிக்கப் பட்டவரும் ஆவார் இவர். அன்றைய பிரதமர் மொரார்ஜி தேசாயின் மதிப்புக்கும் நம்பிக்கைக்கும் பாத்திரமானவர். படேல், இந்தப் பணமதிப்பு நீக்க முடிவோடு உடன்படவில்லை.

அப்போதைய ஜனதா அரசு இம்முடிவை ஒர் அரசியல் உத்தியாக எடுத்ததாகவே அவர் கருதினார். 'கருப்புப் பணத்தை உடையோர், அதை ரொக்கமாக அதிக காலம் வைத்திருப்பதில்லை. அவர்கள் பணத்தை ஏதோ தலையணைக்கு அடியில் வைத்திருப்பதாக நாம் கருதுவது தவறான முடிவு' என்று தனது 'இந்தியப் பொருளாதாரக் கொள்கையின் துளிகள்' என்ற புத்தகத்தில் தெளிவு படுத்தியுள்ளார்.

இந்தியாதவிர வேறு நாடுகளில் பணமதிப்பு நீக்கம் அமல்படுத்தப் பட்டதா? அந்த முயற்சிகள் வெற்றி அடைந்தனவா?

ஒன்றுபட்ட சோவியத் யூனியன், கானா, நைஜீரியா, காங்கோ, பர்மா, ஜிம்பாப்வே உள்ளிட்ட பல நாடுகள் பணமதிப்பு நீக்க நடவடிக்கைகளை அமல்படுத்தியுள்ளன. அந்த அனுபவங் களைப் பார்ப்போம்.

1987-ல், புழக்கத்தில் இருந்த 80 சதவிகிதப் பணம் செல்லாது என்று பர்மா அரசு அறிவித்தது. இதன் விளைவாக உருவான அரசியல் எதிர்ப்பை ராணுவத்தால் கட்டுப்படுத்த முடியவில்லை. மாணவர்கள் போராட்டத்தில் இறங்கினர். பொதுமக்கள் பெருவாரி யாகப் போராட்டத்தில் இறங்க, பெரும் உயிர் சேதம் ஏற்பட்டது. உள்நாட்டு மக்களுக்கு, நாட்டின் ஆட்சிமீதும், அவர்களது செலாவணிமீதும் இருந்த நம்பிக்கை குலைந்து, பெருவாரியாக அமெரிக்க டாலரிலேயே தங்கள் பணத்தை வைத்துக்கொள்ளத் தொடங்கினர். இந்த முயற்சியின் தோல்வி கிட்டத்தட்ட 20 ஆண்டுகளுக்கு நாட்டின் பொருளாதாரத்தில் தாக்கத்தை ஏற்படுத்தியது.

சோவியத் யூனியனின் சீர்திருத்தத் தந்தை என்று போற்றப்பட்ட மிகாயில் கோர்பச்சேவ் 22 ஜனவரி 1991 அன்று 50 மற்றும் 100 ரூபிள் நோட்டுக்களைப் பணமதிப்பு நீக்கம் செய்தார். தங்கள் வசம் இருந்த பணத்தை மாற்ற மக்களுக்கு மூன்று நாட்கள் அவகாசம் மட்டுமே கொடுக்கப்பட்டது. அந்த 3 நாட்களுக்குள் மற்ற இயலாதவர்கள் அரசு நியமித்த ஆணையம் முன்பு சென்று உரிய காரணங்களைக் கூறவேண்டும். இந்த முடிவு கோர்பச்சேவின் அரசியல் வீழ்ச்சிக்கே வித்திட்டது. ஆனாலும், தொடர்ந்து, 1998-ல் மீண்டும் ரஷ்யாவில் ரூபிள் மதிப்பு நீக்கம் செய்யப்பட்டது. இந்த முறை, பணமதிப்பு நீக்கம் சீராக நடந்தது. ரூபிளின் மதிப்பில் மூன்று பூஜ்யங்களை நீக்கிய அந்த முடிவைத் தொடர்ந்து 2010-ல் மீண்டும் இரண்டு பூஜ்யங்களை நீக்கியது ரஷ்யா. இந்த இரு

முடிவுகளும் பெரும் பொருளாதார அதிர்வுகளுக்கு மத்தியில் எடுக்கப்பட்டன என்பது குறிப்பிடத்தக்கது.

மற்ற நாடுகளிலும் பணமதிப்பு நீக்கம் வெற்றி அடையவில்லை என்பதே வரலாறாகப் பதிவாகியிருக்கிறது. கள்ளச் சந்தையும், இந்த முயற்சிகளைப் பெரும்பாலும் முறியடித்து வளர்ந்தது என்பதே நம் நாட்டின் அனுபவம். பண வீக்கத்தைக் கட்டுப்படுத்த அரசிடம் இதைவிடச் சீரிய உத்திகள் இருந்தன. பணமதிப்பு நீக்கம், பல நாடுகளில் மிக மோசமான அரசியல் மற்றும் பொருளாதாரப் பின்விளைவுகளை ஏற்படுத்தியிருக்கிறது என்பது அனைவரும் அறிந்த வரலாறு. ஆட்சிகளைக் கவிழ்த்து, தலைவர்களின் அரசியல் வாழ்வையே முடிவுக்குக் கொண்டுவந்த பணமதிப்பு நீக்கம் பிரதமர் நரேந்திர மோதியால் ஏன் கொண்டுவரப்பட்டது என்பது விவாதமாகவே தொடர்கிறது.

2

ஒரு முடிவில்லாப் போர்

சுதந்திர இந்தியா கண்ட அபரிமிதமான பொருளாதார வளர்ச்சியின் இன்னொரு முகம், கருப்புப் பணம். கடந்த சுமார் 70 ஆண்டுகளில் நாட்டின் பொருளாதார வளர்ச்சியையும் மிஞ்சும்வகையில் ஓங்கியுள்ளது, கருப்புப் பணத்தின் பரிணாம வளர்ச்சி. இதன் கோரமுகம், நம் நாட்டுக்கு உலக மேடையில் கிடைக்கவேண்டிய மரியாதையை குலைப்பதற்குக் காரணமாக இருந்துவருகிறது. ஒரு நாட்டின் மதிப்பை இந்த அளவுக்கு பாதிக்கக்கூடிய ஒரு விரும்பத்தகாத தீங்கை அந்த நாடு ஏன் இன்னும் தொடரவிடுகிறது என்ற கேள்வி உலகப் பொருளாதார மேடைகளில் தற்போது எழுப்பப்பட்டுவருகிறது. இந்தத் தீங்கு ஒழிந்தால், உலக நாடுகள் மத்தியில் இந்தியாவின் மதிப்பும் மரியாதையும் பெரிதும் கூடும் என்பது உறுதி.

எப்போது தலை தூக்கியது இந்தக் கருப்புப் பணம்? சுதந்திரம் வாங்கியபின்பு உருவானதா இந்தக் கருப்புப் பணம்? ஆங்கிலேயர் ஆட்சியின்போது கருப்புப் பணமே இல்லாத சமுதாயமாகவா நாம் இருந்தோம்?

கருப்புப் பணம் ஏதோ சுதந்திர இந்தியாவில் ஏற்பட்ட ஒரு தீங்கு என்று பலரும் நினைக்கிறார்கள். ஆங்கிலேயர் ஆட்சி மிகவும்

நேர்மையாகவும் சீராகவும் இயங்கியதாக நம்மில் ஒரு கருத்து நிலவுகிறது. அது உண்மைக்கு புறம்பானது என்றே சொல்ல வேண்டும். உண்மையில், ஆங்கிலேயர் ஆட்சியில் உருவான ஒன்றுதான் இந்தக் கருப்புப் பணம். அப்போதிலிருந்தே நம் நாட்டில் கருப்புப் பணத்தின் கோர முகம் தலைவிரித்து ஆடிக்கொண்டிருக்கிறது.

ஆங்கிலேயர்கள் ஆட்சிக் காலத்தில், அவர்களின் அதிகாரிகளும், நம் நாட்டு ராஜாக்களும் கருப்புப் பணத்தைப் பெருவாரியாக குவித்தனர். அப்படிச் சேர்த்த கருப்புப் பணத்தைப் பிடிக்கவும் முடக்கவும் அன்றைய அரசு பல முயற்சிகளைக் கையாண்டது. இந்த முயற்சிகள் அனைத்தும் தோல்வியிலேயே முடிந்தன. இந்தியா சுதந்திரம் அடைந்தபோது ரூபாயின் மதிப்பு ஓங்கியது. குறிப்பாக ஒரு ரூபாய்க்கு ஒரு அமெரிக்க டாலர் வாங்கலாம். அப்படி ரூபாயின் மதிப்பு இருந்த காலத்திலும், கருப்புப் பணத்தின் பாதிப்பு இல்லாமல் இல்லை. சுதந்திரம் அடைவதற்கு முந்தைய இரு ஆண்டுகளிலும் பணவீக்கத்தின் தாக்கம் நம் பொருளா தாரத்தைக் கடுமையாக பாதித்தது.

சுதந்திரத்திற்குமுன், கருப்புப் பணம் உருவாவதற்கு இரண்டு காரணங்கள் இருந்தன. ஒன்று, வரி ஏய்ப்பு. இரண்டு பதுக்கல் மூலம் சம்பாதித்த பணம். இந்த இரண்டும் அன்றைய பொருளாதாரத்தைப் பெரிதும் சிதைத்தன. பணவீக்கம் கட்டுக் கடங்காமல் கூடியது. இதற்கான காரணங்களை நன்கறிந்தும் ஆங்கில அரசால் இவற்றைச் சரி செய்ய முடியவில்லை. ஏமாற்று பவர்கள் கை ஓங்கியே இருந்தது. இதற்குக் காரணம், அன்றைய ஆங்கிலேய அதிகார வர்க்கத்துக்கும் வரி ஏய்ப்பவருக்கும் இடையே இருந்த கள்ளக்கூட்டு. இந்த இருவரும் சேர்ந்து நடத்திய கூட்டுக்கொள்ளைதான் கருப்புப் பணம் உருவாகக் காரணமாக இருந்தது.

வர்த்தகமும் தொழில்களும் பயன் அடைய அதிகார வர்க்கம் பெரும் உதவிகள் ஆற்றியது. அதற்குப் பிரதிபலனாக அந்த லாபத்தில் ஒரு பகுதி அவர்களோடு பகிர்ந்துகொள்ளப்பட்டது. அப்படி ஏற்படும் பகிர்வு, ரொக்கத்தில் மட்டுமே நடைபெறும். இந்த ரொக்கப் பகிர்வு சட்டவிரோதமானது என்பதால் இந்தப் பணம் கணக்குக்கு வெளியிலேயே இருக்கும். இப்படி உருவானது தான் அந்தக் காலத்துக் கருப்புப் பணம்.

அந்தக் காலகட்டத்தில், புழக்கத்தில் இருந்த இந்திய ரொக்கத்தில் 60 சதவீதம் நாட்டிற்கு வெளியில் இருந்தது என்று ரிசர்வ் வங்கியின் வரலாற்றுக்குறிப்பு சொல்கிறது. இந்தியாவில், தவறான வழியில் ஆங்கிலேயர்கள் பணம் சம்பாதித்தாலும், அந்தப் பணத்தை இந்திய ரூபாயாகவே தைரியமாக வெளியில் எடுத்துச் சென்றார்கள். அன்று இந்திய ரொக்கத்தின்மீது அந்நியர் களுக்கு இருந்த நம்பிக்கையை அது வெளிப்படுத்துகிறது. ஆனால், அதன் விளைவாக, பொருளாதாரம் வெறும் 40 சதவீத ரொக்கப் புழக்கத்தில்தான் இயங்கியது என்பது குறிப்பிடத்தக்கது. இந்த 40 சதவீத ரொக்கத்தில், உள்நாட்டுக் கருப்புப் பணமும் அடங்கும். இந்த 40 சதவீதப் பணத்தின் பெரும்பகுதி சமஸ்தான ராஜாக்களிடமும் உயர்குடி வர்க்கத்தினரிடமுமே இருந்தது. சாதாரண மக்களிடையே பணம் புழங்குவது அரிதாக இருந்தது.

சுதந்திரம் அடைந்தபின்னும் கருப்புப் பணம் ஒழியவில்லை. ஆங்கிலேயர்கள் வெளியேறினாலும், தொடர்ந்து ஆட்சிக்கு வந்த நம்மவர்களும் அதே வழிமுறைகளை எடுத்தாளத் தொடங்கினர். அதே உத்திகளைக் கையாண்டு, ஆட்சியில் அமர்ந்த புதிய வர்க்கத்தினர் கருப்புப் பணத்தைக் குவித்தனர். இந்த வர்க்கத்தில் தொழில் அதிபர்கள், வணிகர்கள், அரசு அதிகாரிகள், அரசியல் வாதிகள் ஆகியோர் அடக்கம். சுதந்திரத்துக்குமுன் ராஜாக்கள் வகித்த இடத்தை இப்போது அரசியல்வாதிகள் பிடித்துக் கொண்டனர். கருப்புப் பணம் வளர்ந்துகொண்டே இருந்தது. அதிகபட்ச வரிவிகிதம், வரி ஏய்ப்புக்குக் கடும் தண்டனை போன்ற அரசின் தீவிரமான கட்டுப்பாடுகளும் கொள்கை நடவடிக்கை களும் தோல்வியிலேயே முடிந்தன.

இதற்குக் காரணம், நம் ஆட்சிமுறைமீதான கருப்புப் பணத்தின் அசைக்க முடியாத இரும்புப்பிடியே ஆகும். நம் அரசின் பொருளாதாரக் கொள்கைகள் கருப்புப் பணம் வளர்வதற்குச் சாதகமாகவே அமைந்தன. அந்தச் சூழ்நிலையை லாகவமாகப் பயன்படுத்தி இந்தப் புதிய வர்க்கத்தினர் கள்ளச் சந்தையை வளர்த்தனர். அரசு தன் கொள்கைகளை, மூடிய பொருளாதாரச் சித்தாந்தத்தின் அடிப்படையிலேயே வகுத்து இவர்களுக்கு மிகவும் வசதியாகப் போயிற்று. அந்தச் சித்தாந்தத்திலிருந்து அரசு விலக முடியாது என்பதை நன்கறிந்த இவர்கள், பற்றாக்குறை உற்பத்தி சார்ந்த பொருளாதாரக் கொள்கைகளையே விரும்பினர்.

அத்தகைய கொள்கைகளே அவர்கள் கருப்புப் பணத்தைக் குவிப்பதற்கு வசதியாக அமைந்தது.

அன்றைய காங்கிரஸ் அரசு, தனியாருக்கு அதிக இடமளிக்காமல் அரசு சார்ந்த பெரிய தொழிற்சாலைகளைப் பொதுத்துறையில் நிறுவியது. இந்தக் கொள்கைகள் ஏற்படுத்திய பற்றாக்குறை, கள்ளச் சந்தைக்கும் கருப்புப் பொருளாதாரத்துக்கும் மிக வசதியாகப் போயிற்று.

பொருளாதார வளர்ச்சி மிகக் குறைவாக இருந்த காலகட்டம் அது (1950-1985). பொருளாதாரம் வேகமாக வளராத சூழ்நிலையிலும் கூட, கள்ளச் சந்தையின் அப்போதைய வளர்ச்சி பிரமிப்புக்குரியது. இதற்குக் கொள்கரீதியான காரணங்கள் பல. ஆனால் முக்கியக் காரணம் அன்றைய அரசு கையாண்ட கட்டுப்பாட்டுப் பொருளாதாரக் கொள்கைகளே. முக்கியமாக, சந்தையின் தேவைக்கு ஏற்ப உற்பத்தி செய்ய நிறுவனங்கள் அனுமதிக்கப்பட வில்லை. அரசு, மக்களின் நுகர்வு சார்ந்து பொருளாதாரக் கொள்கைகளை வகுக்காமல், தான் விரும்பும் அளவுகளில் நுகர்வு நகரவேண்டும் என்று நினைத்தது. உற்பத்தி எவ்வளவு இருக்க வேண்டும் என்று அரசு எடுத்த முடிவுகளில் போதிய முன்யோசனையும் முதிர்வும் இல்லை.

வளர்ச்சியை முதன்மைப்படுத்த மறுத்த அன்றைய காங்கிரஸ் அரசு, தனியார் துறை வளர அதிக இடமளிக்கவில்லை. சில தனியார் நிறுவனங்களுக்கு உற்பத்திக்கான உரிமத்தை அளித்தாலும், அதைப் பெற்றவர்கள் தகுதியானவர்களாக இல்லை. ஆட்சியாளர் களுக்கு வேண்டியவர்களே அந்த உரிமங்களைப் பெற்றார்கள். அவர்கள் அதைக்கொண்டு சிறந்த நிறுவனங்களை ஏற்படுத்த முயற்சிக்கவில்லை. இதன் காரணமாக உள்நாட்டு உற்பத்தி சரிந்தால் மக்களின் தேவைகளைப் பூர்த்தி செய்ய முடியவில்லை.

அரசு உற்பத்திக்கான உரிமத்தை எளிதில் அளிக்காத சூழ்நிலையில் உரிமங்கள் லாபச்சீட்டுக்களாக மாறின. அவற்றை உடனடியாக விற்று பலர் கருப்புப் பணத்தைக் குவித்தனர். அதேபோல பற்றாக்குறைப் பொருட்களில் ஒதுக்கீடு பெற்றுக்கொண்டு தொடர்ந்து நம் பொருளாதாரத்திலிருந்து லாபம் சம்பாதிக்கும் வழிமுறையையும் பலர் கையாண்டு பெருவெற்றி பெற்றனர். இந்த லாபம் அனைத்தும் சட்டவிரோதமானது என்பதால், பெரும் பாலும் கருப்புப் பணப் பரிமாற்றம் மூலமே இவை நடைபெற்றன.

அரசு நல்லெண்ணம் கொண்டு நிறுவிய கொள்கைகள் அனைத்தும், கருப்புப் பணப் பொருளாதாரத்தால் கடத்திச் சிறைவைக்கப்பட்டன. இதனால் பொதுமக்கள் பெரும் அவதிக்கு ஆளானார்கள். ஒரு காலகட்டத்தில், அரசு நிர்ணயித்த விலையை விட பலமடங்கு அதிகத்துக்கு சிமெண்ட் சந்தையில் விற்றது பலருக்கு நினைவிருக்கலாம். அதேபோல ஒரு இருசக்கர வாகனம் வாங்க இருந்த காத்திருப்பும் சாதாரண மக்கள் வாங்கும் பொருட்களில் நடந்த கள்ளச் சந்தைப் பரிமாற்றமும், கட்டுப்பாட்டுப் பொருளாதாரக் கொள்கைகளின் தோல்வியையே காட்டுகிறது. இதனால் சாதாரண மக்கள் தங்கள் விருப்பங்களை நிறைவு செய்ய முடியாமலும் நுகர்வை உயர்த்திக்கொள்ள முடியாமலும் அவதிப்பட்டனர்.

கட்டுப்பாட்டுப் பொருளாதாரம் பல வழிகளில் பற்றாக்குறைப் பொருளாதாரமாகவே உருவெடுத்தது. இது கருப்புப் பணம் உருவாக எப்படி வசதியாக அமைந்தது என்று பார்ப்போம். எல்லாத் தொழில்களிலும் மூலப் பொருள்களுக்கு ஒதுக்கீடு இருந்த காலகட்டம் அது. அந்தக் காலகட்டத்தில், மூலப் பொருள் ஒதுக்கீடு இருந்தாலே போதும். அந்த ஒதுக்கீட்டை, பொருள் உற்பத்தி செய்ய விரும்பும் பிறருக்கு விற்று, அதன்மூலம் கருப்புப் பணத்தைக் குவித்த போலித் தொழிலதிபர்கள் எத்தனையோ பேர். சிமெண்ட், இரும்பு, ரசாயனம், நிலக்கரி, எரிபொருள் என்று எத்தனையோ பொருள்களுக்கு ஒதுக்கீடு இருந்தது. உண்மையாக உற்பத்தி செய்ய விரும்புவோருக்கு எளிதில் ஒதுக்கீடு கிடைக்காது. ஏற்கெனவே ஒதுக்கீடுகளை வாங்கி வைத்திருப் போரிடம் சென்று கள்ளச் சந்தையில் அவற்றை வாங்கியே உற்பத்தி செய்யவேண்டிய அவல நிலை. இந்தக் கள்ளச் சந்தையே, கருப்புப் பணம் உருவாகப் பெரிதும் உதவியது. அதற்கு நாட்டில் நிலவிய உரிம-ஒதுக்கீடு ஆட்சியே (லைசென்ஸ்- பெர்மிட் ராஜ்) முக்கியக் காரணம்.

ஒரு நிறுவனம் எவ்வளவு உற்பத்தி செய்யவேண்டும், அப்படி உற்பத்தி செய்த பொருளை எந்த விலைக்கு விற்கவேண்டும் போன்ற அடிப்படை வர்த்தக முடிவுகளில் அரசு தலையிட்டது. பொருளாதாரத்தின் தேவையைவிட மிகக் குறைவாகவே உற்பத்தி அமைந்தது. பொருள்களுக்காக மக்கள் தவித்து ஏங்கினார்கள். எல்லாப் பொருள்களுக்கும் நீண்ட காத்திருப்பு நிலவியது. இதுவே, கள்ளச் சந்தைக்கு உருவிடமாக ஆனது. அரசின்

கொள்கைகள்தான் கள்ளச் சந்தையும் கருப்புப் பணமும் உருவாகக் காரணம் என்று அன்றைய பொருளாதார விமர்சகர்கள் கூறினர். பொருளாதாரம் சந்தைமயமானால் கருப்புப் பணம் ஒழியும் என்று அப்போது நம்பப்பட்டது. தாராளமயப் பொருளாதாரக் கொள்கைகளின் அடிப்படையும் அதே.

1991-ல் பிறந்தது பொருளாதாரச் சீர்திருத்தம். நமக்குத் தேவை யான கச்சா எண்ணெயை வாங்கக்கூட முடியாத சூழ்நிலைக்கு நாடு தள்ளப்பட்டபோது ஐஎம்எப் (சர்வதேச நிதியம்) உதவியை இந்திய அரசு நாடியது. 2.2 பில்லியன் டாலர் கடனைக் கொடுக்க முன்வந்த ஐஎம்எப், அதற்குப் பல நிபந்தனைகளை விதித்தது. முக்கியமாக, இந்தியப் பொருளாதாரத்தை உலக முதலீட்டாளர் களுக்குத் திறந்துவிடுவதும், தாராளமயப் பொருளாதாரக் கொள்கைகளை ஏற்பதும், ரூபாயின் மதிப்பைக் குறைப்பதும் ஐஎம்எப் நிபந்தனைகளாக அமைந்தன. இவற்றை இந்திய அரசு ஏற்றது. இதன் விளைவாக, உரிமம் சார்ந்த ஆட்சிமுறையை அரசு ஒரே நாளில் முடிவுக்குக் கொண்டுவந்தது. எந்த ஆரவாரமும் இன்றி இந்த மாற்றம் நிறைவேறியது. 1947 முதல் 1990 வரை நாட்டில் பெரும் பாதிப்பை ஏற்படுத்தி, கள்ளச் சந்தையை வளர்த்து, பொருளாதாரத்தைச் சீரழித்த இந்த உரிமைச் சட்டங்கள், அன்றைய பாரதப் பிரதமர் நரசிம்ம ராவால் தகர்த்தெறியப்பட்டன.

இதன் தொடர்ச்சியாக வரிச் சட்டங்கள் எளிதாக்கப்பட்டன. வரிவிகிதங்கள் குறைக்கப்பட்டன. வளர்ச்சிக்கான வாய்ப்புகள் திறந்துவிடப்பட்டன. 1991-ம் ஆண்டு தொடங்கி, தொடர்ந்து சந்தைமயமாக்கப்பட்ட பொருளாதாரத்தில் போட்டி நிலவும் என்றும், அந்தப் போட்டியின் வெளிப்பாடாக உற்பத்தி கூடும் என்றும் நம்பப்பட்டது. அதேபோல் போட்டி வளர்ந்து, உற்பத்தியும் கூடியது. நியாயமான சந்தை வளர்ந்து, கள்ளச் சந்தை ஒழிக்கப்பட்டது.

இத்தகைய சீரமைக்கப்பட்ட சூழலில், கள்ளச் சந்தை ஒழிந்தாலும், கருப்புப் பணம் ஒழியவில்லை. பல துறைகளிலும் வரி ஏய்ப்பு தொடர்ந்தது. இவற்றை முறைப்படுத்த ராஜா செல்லையா என்ற பொருளாதார அறிஞர் தலைமையில் ஒரு குழு நியமிக்கப்பட்டது. அந்தக் குழு, அன்று இருந்த மறைமுக வரிச் சட்டங்கள், விழுத்தொடர் தாக்கத்தை (cascading effect) ஏற்படுத்தும் விதமாக அமைந்ததாகக் கருதியது. 1993-ம் ஆண்டு

இந்தக் குழு, மக்கள் வரி ஏய்ப்பு செய்யாமல் இருக்க, வரிச் சட்டங்களைச் சீரமைக்கப் பரிந்துரை செய்தது.

இந்த அறிக்கையை இந்தியாவின் பொருளாதாரச் சீர்த்திருத்த வரலாற்றில் ஒரு முக்கிய மைல்கல் என்று சொல்லலாம். ராஜா செல்லையா இந்திய வரிச் சீர்திருத்தத்தின் தந்தை என்று போற்றப்பட்டார். வரிச் சீர்திருத்தங்களே கருப்புப் பணத்தை ஒழிக்க உதவும் முக்கியக் கருவி என்று தொடர்ந்துவந்த அரசுகள் கருதின. இதன் நீட்சியாக, மதிப்புக் கூட்டல் வரி அமலுக்கு வந்தது. நாடு தழுவி அமல்படுத்தப்பட்ட இந்த வரியினாலும் வரி ஏய்ப்பை ஒழிக்க முடியவில்லை. ரொக்கப் பரிவர்த்தனைமூலம் மட்டுமே பல தொழில்கள் இயங்கின. இதன்மூலம் பணத்தை ஒழுங்காகக் கணக்கில் காட்டாமல், எளிதில் வரி ஏய்ப்பு செய்ய முடிந்தது. அதன்மூலம் கிடைத்த லாபம் கருப்புப் பணமாக புழங்கியது. ரொக்கமாகவும் சொத்துகளாகவும் இந்தக் கருப்புப் பணம் வளர்ந்தது.

பொருளாதாரச் சீர்திருத்தம் நாட்டின் வளர்ச்சியை அதிகரித்து, சந்தையின் அளவைப் பெரிதாக்கியது. இந்த வளர்ச்சியே, வரி ஏய்ப்பு செய்ய மிக வசதியாகவும், லாபகரமாகவும் அமைந்தது. மதிப்பு கூட்டல் வரி அமலுக்கு வந்தும், கருப்புப் பணத்தை உருவாக்கும் மோகம் அதிகரித்தது. பல நுகர்வு சார்ந்த துறைகளில், வரி ஏய்ப்பு விஸ்வரூபம் எடுத்து, கருப்புப் பண உற்பத்தியையும் பல மடங்கு கூட்டியது.

வரி ஏய்ப்பு மட்டும் அல்ல கருப்புப் பணத்தின் உருவிடம். கருப்புப் பணத்தின் வளர்ச்சியில் முக்கிய பங்கு ஊழலுக்கும் உண்டு. பொருளாதார வளர்ச்சியின் வெளிப்பாடாக ஊழல் செய்வதற்கான வாய்ப்புகளும் அபரிமிதமாக இருந்தன. இதனால் ஊழல் மூலம் உருவான கருப்புப் பணமும் பெருகியது. ஆட்சியாளர்களும், அதிகார வர்க்கமும் சேர்ந்து, கருப்புப் பணம் சம்பாதிக்கப் புதிய உத்திகளைத் தொடர்ந்து கண்டுபிடித்தார்கள். அந்தப் பணத்தைத் தைரியமாக முதலீடு செய்து அதை பெருக்கிக் கொள்ளவும் புறப்பட்டார்கள்.

கள்ளச் சந்தை மூலம் பல்லாண்டு பெரும் பயன் அடைந்த குடும்பக் குழுமங்கள், அரசியல்வாதிகள், அதிகார வர்க்கம் ஆகியோர், புதிய வழிமுறைகளைத் தொடர்ந்து கண்டுபிடித்துக் கையாண்டனர். இவர்கள் காலப்போக்கில், போட்டியைக்

கட்டுப்படுத்தும் விஷம வேலைகளில் ஒருங்கிணைந்து செயல் பட்டனர். இதன்மூலம் தங்களுக்குச் சாதகமான சூழலை ஏற்படுத்திக்கொண்டு லாபத்தை மிகைப்படுத்தும் வேலைகளில் இறங்கினர். இவர்களின் நடவடிக்கைகள்மூலம் வேறு துறைகளில், கள்ளச் சந்தைகளை ஏற்படுத்தவும், நவீனக் கொள்கைகள் மூலம் போட்டியைத் தவிர்க்கவும் முயன்றனர். இந்தக் கூட்டு முயற்சிகளில் ஏற்பட்ட லாபத்தை மூன்று தரப்பும் கருப்புப் பணப் பரிவர்த்தனைமூலம் பிரித்துக்கொண்டனர். இதனால் கருப்புப் பணப் பரிமாற்றம் வரலாறு காணாத அளவு வளர்ந்தது. விஞ்ஞானரீதியான திருட்டு வழிமுறைகள் கையாளப் பட்டன.

பொருளாதாரச் சீர்திருத்தம் வந்தபிறகு, நாட்டின் வளர்ச்சி கூடியது. கூடுதல் வளர்ச்சியையும் பொருளாதாரச் சீர்திருத்தத்தையும் இந்த வர்க்கம் தங்களுக்குச் சாதகமாகப் பயன்படுத்திக் கொண்டது. இதில் முக்கியப் பங்கு வகித்தது புதிய தொழில்களில் உரிமம்-ஒதுக்கீடு வழங்கும் சக்தி கொண்ட அதிகார வர்க்கம்தான். இன்று நாட்டின் கருப்புப் பணத்தின் பெரும்பகுதி அதிகார வர்க்கத்திடமும் அரசியல்வாதிகளிடமுமே உள்ளது. இவர்கள் அந்தப் பணத்தைப் பெற்றுக்கொண்டு சும்மா இருப்பதில்லை. இதுவே, பொருளாதாரச் சீர்திருத்தம் வருவதற்கு முன்பிருந்த கருப்புப் பணத்துக்கும், இப்போது புழங்கும் கருப்புப் பணத்துக்கும் இடையேயான முக்கிய வேறுபாடு.

1991-க்குமுன் இந்தியர்கள் கருப்புப் பணத்தை அந்நிய கரன்சியாக மாற்றி வெளிநாடுகளில் வங்கிகளிலோ அல்லது சொத்து களாகவோ வைத்திருந்தனர். இந்தப் பணத்தை இந்தியாவுக்குத் திரும்பக் கொண்டுவரத் தயங்கினர். ஆனால், பொருளாதாரச் சீர்திருத்தம் ஏற்படுத்திய மாற்றங்கள், இந்தியாவின் அபரிமிதமான வளர்ச்சி ஆகியவற்றைப் பார்த்து அந்த வளர்ச்சிமூலம் தாமும் அதிகப் பயனடையும் வழிகளை அவர்கள் வகுக்க ஆரம்பித்தனர். வெளிநாட்டில் உள்ள கருப்புப் பணத்தை அந்நிய முதலீடுகளாக இந்தியாவுக்குள் கொண்டுவந்தனர்.

கருப்புப் பணம் என்பதை எளிதில் வீழ்த்த முடியாமல் இருப்பதற்கு முக்கியக் காரணம், அது இயங்கும் இடம், முறையானதோர் அமைப்பு கொண்ட பொருளாதாரமாக இருப்பதுவே. இதன் இயக்கம் சட்டப்படிதான் முறைசாராதது. ஆனால் இதன் இயக்கம்

மிகச் சீரானது. இதனால்தான் நம் அரசுகள் இத்தனை ஆண்டுகள் கடந்தும் இந்தக் கருப்புப் பணத்தை ஒழிக்க முடியாமல் தவிக்கின்றன.

கருப்புப் பணம் உருவாகும் இடம் நாம் அனைவரும் அறிந்ததே. இவற்றை இரண்டாகப் பிரிக்கலாம். ஒன்று, சட்டரீதியாகச் செய்யும் தொழில்களில் வரி ஏய்ப்பு செய்வது அல்லது சொத்து விற்பனையின்போது வரி ஏய்ப்பு செய்வது. இரண்டாவது, சட்டத்துக்குப் புறம்பாகச் சம்பாதிக்கும் பணம், அதாவது ஊழல், லஞ்சம், திருட்டு, கொள்ளை போன்றவைமூலம் கிடைக்கும் வருமானம். இவற்றை ஒழிக்கவேண்டிய நிர்பந்தத்தின்கீழ் அரசு வருவதற்கு, உச்ச நீதிமன்றத்தின் கடும் விமர்சனங்களும் அழுத்தமுமே முக்கியக் காரணம். இதை உச்ச நீதிமன்றம் தன்னிச்சையாகச் செய்துவிடவில்லை. இந்தப் பிரச்சினையைத் தீவிரத்தோடு கையில் எடுத்து, நீதிமன்றத்தில் பொதுநல வழக்குகளைத் தொடர்ந்தவர்களே அதற்குக் காரணம்.

2009-லிருந்து தொடர்ந்து ஊழல் சார்ந்த பொதுநல வழக்குகள் நீதிமன்றங்களில் தாக்கல் செய்யப்பட்டன. அப்படி உச்ச நீதிமன்றத்தில் தொடரப்பட்ட ஒரு பொதுநல வழக்குதான், ரிட் மனு எண் 176/2009. இந்த வழக்கு பிரபல வழக்கறிஞர் ராம் ஜெத்மலானி தலைமையில் அடங்கிய ஒரு குழுவால் தாக்கல் செய்யப்பட்டது. ஜூலை 7, 2011 அன்று நீதியரசர்கள் சுதர்ஷன் ரெட்டியும் சுரீந்தர் சிங் நிஜ்ஜரும் இந்த வழக்கில் ஒரு வரலாற்று முக்கியத்துவம் வாய்ந்த தீர்ப்பை வழங்கினார்கள். அமெரிக்க ஜனாதிபதி நிக்சன் சம்பந்தப்பட்ட வாட்டர்கேட் ஊழலில், அமெரிக்கப் புலனாய்வு அதிகாரி பாப் வுட்வர்ட் சொன்ன வரிகளை முன் நிறுத்தி எழுதப்பட்டது இந்தத் தீர்ப்பு.

'பணத்தைத் தொடர்ந்து செல்' என்று தொடங்கிய இந்தத் தீர்ப்பு, இந்திய அரசை கருப்புப் பணத்தின் பின் சென்று அதனைக் கண்டுபிடிக்கும் பாதையில் செலுத்தியது. ஓர் உயர்மட்டக் குழுவை நியமிக்குமாறு அரசை நிர்பந்தித்தது. இந்தக் குழுவில் இருக்கவேண்டிய உயர்மட்ட அதிகாரிகளை உச்ச நீதிமன்றமே அடையாளம் கண்டது. இந்தக் குழுவை ஒரு சிறப்புப் புலனாய்வுக் குழுவாக அமைக்க ஆணையிட்டது. குழுவின் தலைவராக ஓய்வுபெற்ற நீதியரசர் ஜீவன் ரெட்டி நியமிக்கப் பட்டார். துணைத் தலைவராக நீதியரசர் எம்.பி. ஷா நியமிக்கப்

பட்டார். சொந்தக் காரணங்களை முன்வைத்து ஜீவன் ரெட்டி இந்தக் குழுவில் இடம்பெற மறுத்தார். பின்பு ஷா தலைமையில் இந்தக் குழு தனது பணியைத் தொடங்கியது. துணைத் தலைவராக நீதியரசர் அரிஜித் பசாயத் நியமிக்கப்பட்டார். இந்தக் குழு, அமைக்கப்பட்ட ஐந்து ஆண்டுகளில் ஐந்து அறிக்கைகளை உச்ச நீதிமன்றத்தில் தாக்கல் செய்துள்ளது.

இந்தக் குழுவின் முதல் அறிக்கை தலைமை நீதிபதி ஹெச்.எல். தத்து முன் ஆகஸ்ட் 20, 2014-ம் ஆண்டு தாக்கல் செய்யப்பட்டது. இரண்டாவது அறிக்கை டிசம்பர் 20, 2014 அன்று தாக்கல் செய்யப் பட்டது. இதில், வெளிநாட்டில் கருப்புப் பணம் வைத்திருப்போர் மீது எடுக்கப்பட்ட நடவடிக்கைகள் வெளியிடப்பட்டன. மேலும் கருப்புப் பணத்தை ஒழித்திட பல பரிந்துரைகள் முன்மொழியப் பட்டன. தொடர்ந்து இந்தக் குழு பரிந்துரைகள் வழங்கி அதன்படி யான நடவடிக்கைகளை எடுக்க அரசின்மீது அழுத்தம் கொடுத்து வருகிறது. 2012-ல் மத்திய அரசு ஐந்து மசோதாக்களை நாடாளுமன்றத்தில் தாக்கல் செய்தது: லோக்பால் மசோதா, பொதுக் கொள்முதல் மசோதா, நீதித்துறைப் பொறுப்பேற்பு மசோதா, ஊழல்களை அரசின் கவனத்துக்கு ரகசியமாக கொண்டுவருவோரை ஊக்குவித்துக் காப்பாற்றும் மசோதா மற்றும் குறைதீர்ப்பு மசோதா. ஆனால், இவற்றை எளிதில் நிறைவேற்ற முடியவில்லை.

லோக்பால் மசோதா டிசம்பர் 17, 2013 அன்று மாநிலங் களவையிலும் டிசம்பர் 18, 2013 அன்று மக்களவையிலும் நிறைவேறியது. நீதித்துறைப் பொறுப்பேற்பு மசோதா டிசம்பர் 2012-ம் ஆண்டு மக்களவையில் நிறைவேறினாலும் மாநிலங் களவையில் நிறைவேறாமல் போனதால் காலாவதியானது. ஊழல்களை அரசின் கவனத்துக்கு ரகசியமாகக் கொண்டு வருவோரை ஊக்குவிக்கும் சட்டம் மக்களவையில் டிசம்பர் 27, 2011-ம் ஆண்டு, நீண்ட இடைவெளிக்கு பிறகு மாநிலங்களவையில் பிப்ரவரி 21, 2014-ம் ஆண்டு நிறைவேறியது. குறைதீர்ப்பு மசோதா டிசம்பர் 2011-ம் ஆண்டு மக்களவையில் தாக்கல் செய்யப்பட்டு நிறைவேறாமலேயே காலாவதியானது. பொதுக் கொள்முதல் மசோதா 2012-ம் ஆண்டு மக்களவையில் தாக்கல் செய்யப்பட்டு, நிறைவேறாமல் காலாவதியானது. 2015-16 பட்ஜெட் அறிக்கையில் இந்த மசோதாவைக் கையில் எடுத்த நிதியமைச்சர் அருண் ஜெயிட்லி, இதை மெருகேற்ற பொது மக்களின் ஆலோசனைகளை நாடினார்.

இங்கு குறிப்பிடப்படவேண்டியது என்னவென்றால், அண்ணா ஹசாரே தலைமையில் 'ஊழலுக்கு எதிரான இந்தியா' என்ற இயக்கம் தலையெடுக்க ஆரம்பித்த காலகட்டத்தில் அதன் தாக்கத்தைத் தணிக்க அன்றைய ஐக்கிய முற்போக்குக் கூட்டணி அரசும் எதிர்க் கட்சிகளும் லோக்பால் சட்டத்தை மட்டும் நிறைவேற்றிவிட்டு மற்ற அனைத்துச் சட்டங்களையும் காலாவதி யாக விட்டுவிட்டனர். பிற மசோதாக்களை நிறைவேற்றாததில் அனைத்துக் கட்சிகளின் அரசியல் நோக்கும் தெளிவாகிறது. நாட்டின் வளர்ச்சியைப் பாதிக்கும் முக்கியத் தடையான ஊழலை ஒழிக்க அரசியல்ரீதியாக ஒருமித்த கருத்து ஏற்படாததே 15-வது மக்களவையின் மிகப் பெரிய குறை என்று கூறலாம்.

ஆனாலும் ஐக்கிய முற்போக்குக் கூட்டணி அரசு, தொடர்ந்து பல நடவடிக்கைகளை எடுக்க முற்பட்டது. இதற்குச் சான்றாக ராஜிவ் காந்தி அரசால் 1988-ம் ஆண்டு கொண்டுவரப்பட்ட ஊழல் தடுப்பு மசோதாவை 2013-ம் ஆண்டு அவர்கள் மாற்றி அமைத்ததைக் கூறலாம். இந்த மாற்றம் மிக முக்கியமான ஒன்று. ஒரு பொது ஊழியருக்கு லஞ்சம் கொடுப்பது, அதைப் பெறுவது, வாடிக்கை யாக லஞ்சம் பெறுவது ஆகியவற்றுக்கான தண்டனைகள் மாற்றப் பட்டன. அப்படி நடந்துகொள்ளும் அதிகாரிகளின்மீது எடுக்கக் கூடிய நடவடிக்கைகள் கடுமையாக்கப்பட்டன. அவர்களுடைய சொத்துகளைப் பறிமுதல் செய்யவும், அவற்றை அரசே எடுத்துக் கொள்ளவும் உரிய அதிகாரங்கள் அரசுக்கு வழங்கப்பட்டன. முக்கியமாக, இந்தச் சட்டம் லஞ்சம் கொடுப்பதை ஒரு குற்றம் ஆக்கியது. முன்பு லஞ்சம் கொடுப்பவருக்கு இருந்த சட்டச் சலுகைகள் நீக்கப்பட்டன. லஞ்சம் கொடுப்பவர்கள் பிற்காலத்தில் சாட்சிகளாக மாறித் தப்பித்துக்கொள்ள முடியாத படி இந்த மசோதா மாற்றியமைக்கப்பட்டது.

கருப்புப் பணத்தை ஒழிக்க தொடர்ந்து பல வழிகளில் அரசுகள் முயன்றாலும், அந்த முயற்சிகள் ஒருங்கிணைந்ததாக அமைய வில்லை. முக்கியமாக லஞ்சம் மூலம் சேர்க்கப்பட்ட சொத்து களை முடக்கவும், கருப்புப் பணம் கொண்டு வாங்கிய சொத்து களைக் கண்டுபிடிக்கவும் தேவையான சட்டங்களும் அதிகாரங்களும் நிறைவேறவில்லை. ரொக்கமாகக் கருப்புப் பணத்தை வைத்துக்கொள்வதற்கு வசதியாக நாட்டில் அதிக மதிப்புள்ள நோட்டுகளின் புழக்கம் பெருமளவு கூடியது. மொத்தப் புழக்கத்தில் உள்ள பணத்தில் 85 சதவீதம் 500 மற்றும்

1,000 ரூபாய் நோட்டுகளாக இருந்தது கருப்புப் பணம் பெருகுவதற்கு மிக வசதியாகப் போயிற்று. கருப்புப் பணம் சார்ந்தே தங்கள் தொழிலைச் செய்யத் துணிவதற்கு இந்தச் சூழல் வித்திட்டது. இது, கருப்புப் பணப் பொருளாதாரம் வளரப் பெரிதும் உதவியது. இதையே 2014 பொதுத் தேர்தலில் முக்கியப் பிரச்சினையாகக் கையில் எடுத்து வெற்றியும் கண்டது பாரதிய ஜனதா கட்சி (பாஜக).

பாஜக ஆட்சிக்கு வந்தபின், கருப்புப் பணத்துக்கு எதிர்வினை ஆற்றுவார்கள் என்று மக்கள் மத்தியில் பெரும் எதிர்பார்ப்பு நிலவியது. முதல் ஓராண்டில், முந்தைய ஆட்சியில் வழங்கப்பட்ட அலைக்கற்றை உரிமங்களும், நிலக்கரி உரிமங்களும் ரத்து செய்யப்பட்டன. இந்த இரு முடிவுகளில், உரிமம் வாங்கியவர்கள் பெரும் இழப்புக்கு ஆளானார்கள் என்றாலும் மக்களுக்கு நம்பிக்கை ஏற்படுத்தும்வண்ணம் வேறு எந்த நடவடிக்கை யையும் எடுக்க முடியவில்லை. பல வழக்குகள் நீதி மன்றங்களில் தடை பெற்றுள்ளன. ஊழலை எதிர்த்து அரசு என்ன சாதித்தது என்று பல தரப்புகளில் கேள்விகள் எழுப்பப்பட்டன. இந்தச் சூழ்நிலையில் அரசு தன் நம்பகத்தன்மையையும் நேர்மையையும் நிரூபிக்கவேண்டிய கட்டாயத்துக்கு எதிர்க்கட்சிகளால் தள்ளப்பட்டது.

இதை எதிர்கொள்ள அரசு பல்முனை அணுகுமுறையைக் கையாள முற்பட்டது. ஒரு பக்கம் முந்தைய அரசு கொண்டுவந்த திட்டங்களைச் சீரமைத்தது. இதற்குச் சிறந்த உதாரணம் JAM (ஜே.ஏ.எம் - ஜன்தன், ஆதார், மொபைல்) என்று கொண்டுவரப் பட்ட திட்டம். ஜன்தன் என்ற அனைவருக்குமான வங்கிக் கணக்கு வழங்கும் திட்டம், ஆதார் அடையாள அட்டையை நாடு தழுவி வழங்குதல், மொபைல்மூலம் பல வங்கிச் சேவைகளை அறிமுகப் படுத்துதல் ஆகியவை அடங்கியதே இந்தத் திட்டம். இதன்மூலம், மானியங்களை நேரடியாக மக்களின் வங்கிக் கணக்கிலேயே சேர்க்க ஆரம்பித்தது அரசு. 2015 சென்னைப் பெருவெள்ளத்தை அடுத்து, மக்களுக்கான பொது நிவாரணத் தொகை மக்களின் வங்கிக் கணக்கில் நேரடியாகச் சேர்க்கப்பட்டது. சமையல் எரிவாயு மானியம், ஊரக வேலைவாய்ப்பு திட்டத்தின்கீழ் வழங்கப்படும் ஊதியம் ஆகியவை தற்போது வங்கிக் கணக்குக்கு நேரடியாக அனுப்பப்படுகின்றன.

இப்படிப் பல திட்டங்கள் ஒன்றன்பின் ஒன்றாக, ஊழலற்ற முறையில் மாற்றி அமைக்கப்பட்டன. இது சாமானியர் வாழ்க்கையில் லஞ்ச ஊழலின் தாக்கத்தைக் குறைத்தாலும், அவர்கள் மனத்தில் பெரும் ஊழல் சார்ந்து இருக்கும் எதிர்பார்ப்பைப் பூர்த்தி செய்யவில்லை.

அரசு இந்த எதிர்பார்ப்பை நிறைவேற்ற சட்டரீதியாக முதலில் தன்னைத் தயார்படுத்திக்கொண்டது. முந்தைய அரசுகள் கொண்டுவந்த மசோதாக்களை மீண்டும் கையில் எடுத்து அவற்றை மெருகேற்றி, நிறைவேற்ற முற்பட்டது. அப்படி எடுக்கப்பட்டதுதான் பினாமி பரிவர்த்தனை மசோதா. 1988-ம் ஆண்டு ராஜிவ் அரசால் கொண்டுவரப்பட்ட இந்த மசோதாவில் மாற்றங்கள் கொண்டுவந்து 2016-ம் ஆண்டு நவம்பர் 1-ம் தேதி அன்று இது நிறைவேற்றப்பட்டது. இதற்குமுன்னதாக, ஊழல் களை அரசின் கவனத்துக்கு ரகசியமாகக் கொண்டுவருவோரை ஊக்குவிக்கும் பாதுகாப்புச் சட்டம் மாற்றியமைக்கப்பட்டு, 2015-ம் ஆண்டு மக்களவையில் நிறைவேற்றப்பட்டது. மாநிலங் களவை இன்னும் இதை நிறைவேற்றவில்லை. ஊழல் தடுப்புச் சட்டத்திலும் மாற்றங்கள் செய்யப்பட்டு மக்களவையில் நிறைவேறி மாநிலங்கள் அவையில் நிறைவேற்றப்படக் காத்திருக்கிறது. 2012-ல் அறிமுகப்படுத்தப்பட்டு நிறைவேறாத மற்ற மூன்று ஊழல் தடுப்புச் சட்டங்களையும் நிறைவேற்றுவது தான் அடுத்த வேலை. சட்டரீதியாக அரசு தன்னைப் பலப்படுத்திக் கொள்ளவேண்டும். அதற்கு அரசியல் திடம் அவசியம்.

சட்டங்களைச் சீரமைத்து, மெருகேற்றி, காலத்தின் தேவைகளை நிறைவேற்றும் வண்ணம் அமைப்பது மிக முக்கியம். அதன் நீட்சியாக, அத்தகைய சட்டங்களைத் தொடர்ந்து பயன்படுத்தி ஊழலை ஒழிக்க வேண்டும். அவ்வாறு செய்தால் ஊழலை ஒழிக்கும் கட்டமைப்பு தடம்புரளாமல் சீராக இயங்கும். இது சாத்தியம். இதற்குப் பக்கபலமாக கருப்புப் பணத்தையும், அதன் மூலம் வாங்கிய சொத்துகளையும் கைப்பற்ற அரசு தொடர் நடவடிக்கை எடுக்கவேண்டும். அப்படி நடந்தால், வரும் காலங்களில் அத்தகைய சொத்துகளை உருவாக்க மக்கள் தயங்குவார்கள். கருப்புப் பண எதிர்ப்பு என்பது ஒரு நெடுந்தூரப் பயணம். ஆனாலும், சேரும் இடம் தெளிவாகிவிட்டது. அங்குபோய்ச் சேரவேண்டியது நம் நாட்டின் முக்கியக் கடமை.

ஒரு வகையில் கருப்புப் பண ஒழிப்பு நடவடிக்கை என்பதை ஒரு முடிவில்லாப் போர் என்று சொல்லலாம். அதனை ஒழிப்பது சிரமம் என்றாலும், ஓரளவு கட்டுப்பாட்டுக்குள் வைத்திருக்க முடியும். இது ஒரு தொடர் முயற்சியாகவே இருக்கவேண்டும். அரசும் சமூகமும் எப்போதும் விழிப்புணர்வோடு செயல்பட்டால் தான் அதனைக் கட்டுப்பாட்டுக்குள் வைத்திருக்க முடியும். அதுவே, போரின் குறிக்கோள் என்றுகூடச் சொல்லலாம்.

3

அந்த 50 நாட்கள்

நவம்பர் 13, 2016.

'நேர்மையாக வாழ்பவர்களுக்கு எந்த பிரச்சினையும் இல்லை. நாட்டு மக்களின் சிரமத்தை உணர்கிறேன். இது வெறும் 50 நாட்களுக்கு மட்டுமே. 50 நாட்களுக்கு நம் நாட்டுக்காகத் தியாகம் செய்யுங்கள். எனது இந்த முடிவு வெற்றியைக் கொடுக்கும். இந்த வெற்றி நாட்டு மக்களைச் சார்ந்தது. டிசம்பர் 30-ம் தேதிக்குப்பிறகு இந்த முடிவு தவறு என்று நிரூபணமானால் என்னைச் முச்சந்தியில் நிறுத்திக் கேள்வி கேளுங்கள்.'

இது பிரதமர் கோவாவில் நடைபெற்ற விமான நிலைய அடிக்கல் நாட்டுவிழா நிகழ்ச்சியில் பேசியது.

அன்று அவர் பேசியபோது பணமதிப்பு நீக்கம் அறிவிக்கப்பட்டு ஐந்து நாட்கள் ஆகியிருந்தன. நிலைமை மோசமாக ஆரம்பித்திருந்தது. பிரதமரின் இந்தப் பேச்சு ஒருபுறம் மக்களுக்குத் தெம்பூட்டுவதாக இருந்தாலும் மறுபுறம், இன்னும் 50 நாட்கள் இந்தப் பிரச்சினை நீடிக்குமா என்ற அச்சமும் மக்களிடையே ஏற்பட்டது. குறிப்பாக, இந்த அறிவிப்பை வெளியிட்டபிறகான 50 நாட்கள் பற்றி நாம் உன்னிப்பாகக் கவனிக்கவேண்டும். பொதுமக்கள் மிகுந்த சிரமத்துக்கு ஆளாகினர். பொருளாதாரத்தின் மிக முக்கியமான துறைகள் கடும் பாதிப்புக்கு உள்ளாகின.

ஒருபுறம் மக்கள் தங்கள் அன்றாடச் செலவுகளுக்கு ஏடிஎம் வாசல்களில் நின்றுகொண்டிருக்க, மறுபுறம் சிறு, குறு தொழில்கள், விவசாயம், உற்பத்தித் துறை என அனைத்தும் முடங்கின. அதிலும் குறிப்பாக, இந்தியப் பொருளாதாரத்தின் அடித்தளமான கிராமப்புறப் பொருளாதாரம் பெருமளவு சிதைந்து போனது.

புதுக்கோட்டை அருகே வேங்கிடகுளம் என்ற கிராமம். அங்கு கூலித்தொழிலாளியாக வேலைபார்க்கும் மேரி என்ற பெண்ணிடம் நீங்கள் எவ்வாறு இந்தச் சூழலை சமாளித்தீர்கள் என்று கேட்டேன். 'என் கணவருக்குத் தெரியாமல் செருவாட்டுக் காசாக 5,000 ரூபாய் சேமித்திருந்தேன். அறிவுப்பு வந்த ஒரு நாள் கழித்துத்தான் இந்த விவரமே எனக்குத் தெரிய வந்தது. அதன்பிறகு என்ன செய்வதென்றே தெரியவில்லை. எனக்கு வங்கிக் கணக்கும் இல்லை. பிறகு எங்கள் ஊரிலேயே செபாஸ்டின் என்பவரிடம் கொடுத்து மாற்றிக்கொண்டேன். என் பணத்தை மாற்றித்தர அவர் கமிஷனாக 500 ரூபாயை எடுத்துக் கொண்டார்' என்றார்.

இந்தியா முழுவதிலும் உள்ள கிராமப்புற பொருளாதாரத்தின் நிலை இதுதான். ரொக்கம் சார்ந்த பரிவர்த்தனை நகர்ப்புறங்களை விட கிராமங்களில்தான் அதிகமாக உள்ளது. கிராமப்புறங்களில் சாதாரணமாக மேல்நிலை, கீழ்நிலை என அனைத்து இடங்களிலும் 500 மற்றும் 1,000 ரூபாய் நோட்டுகள் புழங்கும். இந்த அறிவிப்பை பிரதமர் அறிவித்தவுடனேயே கிராமப்புற மக்கள் செய்வதறியாது தவித்தனர். மக்கள் தங்களது பணத்தை எவ்வாறு மாற்றுவது என்று தெரியாமல் திக்கித்து நின்றனர். வங்கிக்கே செல்லாத பலரும் இடைத்தரகர்களை நம்பியே இருந்தனர்.

கையில் வைத்திருந்த பணத்தை மாற்றுவது பெரும்பாடாக இருந்த நிலையில் அடுத்த வெள்ளாமை நிலைக்குமா என்ற கவலையும் கிராம மக்களிடையே இருந்தது. ஏனெனில் வட இந்தியாவில் இந்தக் காலகட்டத்தில்தான் அறுப்பு முடிந்து ராபி பருவ விதைப்புக் காலம். சென்ற போகமான காரிப் பயிரின் அமோக விளைச்சலை விற்றிருந்தாலும் அந்தப் பணம் விவசாயிகள் கைக்கு முழுவதும் வந்தபாடில்லை. கூட்டுறவு வங்கிகளின் செயல்பாட்டை ரிசர்வ் வங்கி முடக்கியதால் விவசாயிகளின்

வங்கிப் பரிவர்த்தனை முழுதும் நின்றது. விதைப்புக்கு ஓரிரு வாரமே இருந்த சூழலில் கையில் பணம் இல்லாமலும் விதைகள் இல்லாமலும் விவசாயிகள் கையறு நிலையில் இருந்த நாட்கள் அவை.

ஹரியானா அருகே கோதுமை பயிரிடும் ராமேஷ் ராம் என்ற விவசாயியைச் சந்தித்தேன். 'நான் ஐந்து ஏக்கர் நிலம் வைத்திருக்கிறேன். ஒரு ஏக்கரில் கோதுமை விதைக்க, சான்றிதழ் அளிக்கப்பட்ட விதை 2,500 ரூபாய்க்குத் தேவை. 700 ரூபாய்க்கு உரங்கள் தேவை. 1,000 ரூபாய் தொழிலாளர்களுக்கு ஊதியமாக வழங்கவேண்டும். டீசலுக்கு 300 ரூபாய் வேண்டும். ஆக மொத்தம் ஒரு ஏக்கரில் விதைக்க 4,500 ரூபாய் தேவைப்படுகிறது. இதே ஐந்து ஏக்கராக இருந்தால் மொத்தம் 22,500 ரூபாய் தேவைப் படுகிறது. கையில ரொக்கம் இல்லை. வங்கியிலும் கடன் கொடுக்கவில்லை. எப்படி விதைக்கப்போகிறேனோ?' என்று கவலைப்பட்டார். நிலத்தைத் தயார் செய்துவிட்டு விதைப்புக்குப் பணமில்லாமல் குறுவிவசாயிகள் தவித்ததே பரவலான நிலை.

முக்கியமாக உத்தரப்பிரதேசம், பஞ்சாப், ஒடிசா, மகாராஷ்டிரம், குஜராத் ஆகிய மாநில விவசாயிகள் கூட்டுறவு வங்கிகளையே முழுவதும் நம்பியிருக்கின்றனர். கிட்டத்தட்ட 14 நாட்கள் கழித்து நவம்பர் 23-ம் தேதி அன்று மத்திய அரசு நபார்டு வங்கியின் ஆதரவோடு கூட்டுறவு வங்கிகள் மூலமாக விவசாயிகளுக்கு ரூ. 21,000 கோடி கடன் வழங்குவதற்கு அனுமதி வழங்கியது. பொருளாதார விவகாரச் செயலரின் இந்த அனுமதி தாமதமானது என்று விவசாயிகள் விமர்சித்தனர். குறிப்பிட்ட பருவத்துக்குள் விதைக்கவேண்டியிருந்தால் அதிக வட்டிக்குத் தனியார் கடன்களை வாங்கி விவசாயிகள் விதைப்பை முடித்தனர். குறுவிவசாயிகள் பலர் சான்றிதழ் அளிக்கப்பட்ட விதைகளை வாங்கப் பணமில்லாததால் பழைய விதைகளை விதைக்க நேரிட்டது. இதனால் உற்பத்தி 20 சதவீதம் குறையும் என்று தெரிந்தே இந்த நிலைக்கு விவசாயிகள் தள்ளப்பட்டனர்.

இது ஒருபுறம் இருக்க, போதுமான அளவு குறைந்த மதிப்பு ரூபாய் நோட்டுகளை கிராமப்புறங்களுக்குக் கொண்டுசேர்ப்பதில் வங்கிகள் தடுமாறின. குறிப்பாக நகர்ப்புறங்களில் வாரத்துக்கு அனுமதிக்கப்பட்ட தொகையான 24,000 ரூபாயை வங்கிகள் எளிதாக வாடிக்கையாளருக்கு வழங்கின. ஆனால் கிராமப்புற

மக்களுக்கு 4,000 ரூபாயோ அல்லது 5,000 ரூபாயோதான் வழங்கப் பட்டது. முக்கியமாக இந்தக் காலகட்டத்தில் அரசு நகர்ப்புறங் களில் மட்டுமே கவனம் செலுத்தியது என்றே கூறலாம். மேலும், கிராமப்புறங்களில் ஏடிஎம் வசதியோ அல்லது வங்கி வசதியோ கிடையாது. இதனால் விவசாயக் கூலிகளுக்கு ஊதியம் வழங்க முடியாத நிலை ஏற்பட்டது. பலர் தங்களது விவசாய வேலைகளைக் கைவிட்டனர்.

இதனால் விவசாயக் கூலிகளின் வருமானமும் குறைந்தது. பொதுவாக விவசாயக் கூலிகளாக இருப்பவர்கள் தாழ்த்தப்பட்ட சாதிகளைச் சேர்ந்தவர்களாக இருப்பார்கள். அவர்களுக்கு 150 ரூபாயிலிருந்து 200 ரூபாய்வரை ஊதியம் கிடைக்கும். பணம் இல்லாததால் வேலைவாய்ப்பு குறைந்த சூழ்நிலையில் மக்கள் வீடுகளிலேயே முடங்கிக் கிடந்தனர்.

வேலைவாய்ப்பு தேடி கிராமத்திலிருந்து பெருநகரங்களுக்கோ அல்லது சிறு நகரங்களுக்கோ குடிபெயர்ந்தவர்களின் நிலை இன்னமும் மோசமாக இருந்தது. அமைப்பு சாராமலும் தற்காலிக மாகவும் கிடைக்கும் வேலையையே இவர்கள் நம்பியிருந்தனர். சமோசா விற்பவரிலிருந்து கட்டடத் தொழில் வரை ஏதேனும் ஒரு வேலையில் இருந்துவருகிறார்கள். இவர்கள் குறிப்பிட்ட வரையறைக்குள் வருவதில்லை. முறைசாராத் தொழிலாளர்கள் என்று அழைக்கப்படும் இவர்கள் இந்திய ஜிடிபியில் 45 சதவீதப் பங்களிப்பைச் செய்துவருகிறார்கள். கிட்டத்தட்ட 82 சதவீதப் பணியாளர்கள் இந்தத் துறையின்கீழ் வருகின்றனர். தினந்தோறும் வேலைக்குச் சென்றால்தான் இவர்களின் அன்றாட வாழ்க்கையையே நகர்த்த முடியும். இந்தியாவின் முக்கியத் தொழில் நகரங்களில் முறைசாராத் தொழிலாளர்களே அதிகம். இந்த அறிவிப்பு வந்தவுடன் இவர்கள் நம்பியிருந்த தொழில்கள் நிலைகுலைந்துபோயின.

உதாரணமாக ரியல் எஸ்டேட் துறையை எடுத்துக்கொள்வோம். அதிக வேலைவாய்ப்பை வழங்குகிற துறைகளுள் இதுவும் ஒன்று. இந்தியாவின் ஜிடிபியில் இந்தத் துறையின் பங்கு 11 சதவீதம். பெரும்பாலும் இந்தத் துறையில் வெளி மாநிலங்களி லிருந்து வந்து வேலை செய்யும் தொழிலாளிகள் அல்லது அதே மாநிலமாக இருந்தாலும் கிராமப் பகுதிகளிலிருந்து பெரு நகரங்களுக்கு வந்து வேலை செய்யும் தொழிலாளிகள்தான்

அதிகமாக இருப்பார்கள். கட்டட வேலைக்கு வரும் தொழிலாளி களுக்கு நாட்கணக்கிலோ அல்லது வாரந்தோறுமோ சம்பளம் கொடுக்கவேண்டும்.

ஆனால் அப்போதைய சூழ்நிலையில் நிறுவனங்கள் அதிகபட்சம் வாரத்துக்கு 50,000 ரூபாய்தான் எடுக்க முடியும் என்று அரசு கூறியதால் தேவையான தொகையை எடுக்க முடியவில்லை. அந்தத் தொகையை வைத்து அதிகபட்சம் பதினைந்து தொழிலாளர்களுக்குக்கூட சம்பளம் கொடுக்க முடியாது. பல இடங்களில் நிறுவனங்கள் சம்பளத்தை பழைய 500 மற்றும் 1,000 ரூபாய் நோட்டுகளாகவே கொடுத்தார்கள். அதை மாற்றுவதற்கு கூலித்தொழிலாளிகள் இரண்டு நாள் வேலைக்குச் செல்லாமல் வங்கிக்குச் செல்லவேண்டிய நிலை ஏற்பட்டது.

மேலும் இந்த திடீர் அறிவிப்பால் ரியல் எஸ்டேட் துறையில் புதிய முதலீடுகள் முற்றிலுமாக நின்றுபோயின. முதலீடுகள் குறைந்ததால் வேலைவாய்ப்புகள் குறைந்தன.

மற்றொரு தரப்பினர் இந்த நடவடிக்கையை வேறுவிதமாகப் பார்த்தனர். முறைசாராத் தொழிலாளர்களை அமைப்புக்குள் கொண்டுவரக் கிடைத்த ஒரு பெரும் வாய்ப்பாக இதைக் கருதினார்கள். நீண்டகால நோக்கில் இது மிகப் பெரிய பயனைத் தரும் என்று அவர்கள் நினைத்தனர்.

சிறு வியாபாரிகள்மீது பணமதிப்பு நீக்கம் பெரிய தாக்கத்தை ஏற்படுத்தியது. நவம்பர் 14-ம் தேதி சென்னையின் முக்கிய வர்த்தக இடமான பாண்டி பஜாரில் நடைபாதையில் ஹேர் கிளிப் போன்ற பெண்களுக்குரிய பொருட்களை விற்பவரைச் சந்தித்தேன். கடந்த சில நாட்களாக வியாபாரம் எப்படி இருக்கிறது என்று அவரிடம் கேட்டதற்கு, 'ஒரு நாளைக்கு எனக்கு ரூ. 3,000-லிருந்து 4,000 வரை வியாபாரம் நடக்கும். ஆனா நாலு அஞ்சு நாளா கடையே போடல. பணம் கொஞ்சம் வீட்ல சேத்து வச்சுருந்தேன். நமக்கு அக்கௌண்டலாம் இல்ல. தெரிஞ்சவங்க சில பேர்ட்ட கொடுத்து அவுங்க அக்கௌண்ட்ல போடச் சொல்லிருக்கேன். நான் டெய்லி பேங்குக்கு போய் நின்னு கொஞ்சம் மாத்திட்டு வந்தேன். ஒரு வாரமா வியாபாரமே போயிருச்சு. இப்ப கடை போட்டும் வியாபாரமே சுத்தமா இல்ல. ஒரு நாளைக்கு ரூ. 1,000-த்துக்கு நடக்குறதே பெரிய விஷயமா இருக்குது. 2,000 நோட்டுக்கு நான் எங்கிருந்து சில்லரை கொடுக்குறது?' என்று கூறினார்.

இந்தியாவில் மொத்தம் 4 கோடி நடைபாதை வியாபாரிகள் உள்ளனர். இவர்களின் வியாபாரம் கடந்த 50 நாட்களில் மட்டும் 50 சதவீதம் பாதிக்கப்பட்டுள்ளது. ஆண்டுக்கு 42 லட்சம் கோடி ரூபாய் வர்த்தகம் சில்லறை விற்பனைமூலம் நடக்கிறது. அதிலும் குறிப்பாக ஒரு நாளைக்கு 14,000 கோடி ரூபாய்க்கு வர்த்தகம் நடக்கிறது. இதில் 40 சதவீதம் பிஸினஸ் டூ பிஸினஸாகவும் (ஒரு தொழிலிலிருந்து இன்னொரு தொழிலுக்கு) 60 சதவீதம் பிஸினஸ் டூ கன்ஸ்யூமராகவும் (ஒரு தொழிலிடமிருந்து நுகர்வோருக்கு) நடக்கிறது. ஒட்டுமொத்த வர்த்தகமும் 500 மற்றும் 1,000 ரூபாய் நோட்டுகள் மூலமாக நடப்பதால், சில்லறை வர்த்தகம் முழுவது மாக முடங்கியது.

ஆனால், முறையாக ஒழுங்கமைக்கப்பட்ட சில்லறை வர்த்தக நிறுவனங்கள் இந்தக் காலகட்டத்தில் தங்கள் வியாபாரத்தைப் பெருக்கின. உதாரணமாக பிக் பஜார் நிறுவனம் ஏடிஎம் கார்டைப் பயன்படுத்தி தங்களிடமிருந்து 2,000 ரூபாயைப் பெறும் வசதியை அறிவித்தது. நகரங்களில் பணம் எடுக்க முடியாமல் தவித்துவந்த மக்களை இந்த அறிவிப்பு பிக் பஜார் பக்கம் திரும்பவைத்தது. பெரு நிறுவனங்கள் ஒரு வீட்டுக்குத் தேவையான எல்லாப் பொருட்களையும் டெபிட் கார்டு மற்றும் கிரெடிட் கார்டு மூலமாக வழங்கியதால் வியாபாரம் அந்தக் கடைகளை நோக்கி நகர்ந்தது.

முக்கிய பெரு நகரங்களில் உள்ள பெரிய சில்லறை வர்த்தகக் கடைகளில் விற்பனை கடந்த ஆண்டைவிட 25 சதவீதம் அதிகமாக இருந்தது. இதனால் சிறு வணிகர்கள் வாடிக்கையாளர்களை இழக்க நேரிட்டது. இதனால் ஏற்பட்ட சரிவைத் தடுக்க சிறு வணிகர்கள் கிரெடிட் கார்ட் பாவிக்கும் ஸ்வைப்பிங் மெஷின் களை (பாயிண்ட் ஆப் சேல் டெர்மினல்) அவசர அவசரமாக வாங்கினார்கள். ஆனால் இழந்த வாடிக்கையாளர்களை இந்தச் சிறு வணிகர்கள் மீண்டும் ஈர்ப்பார்களா என்பது மிகப் பெரிய கேள்விக் குறியாகவே அன்றைய நாளில் இருந்தது.

பணமதிப்பு நீக்க நடவடிக்கையால் அதிகம் பாதிக்கப்பட்டது சிறு, குறு மற்றும் நடுத்தரத் தொழில்கள். இந்தத் துறையில் ஒழுங்கமைக்கப்பட்ட மற்றும் ஒழுங்கமைக்கப்படாத என்று இரு பிரிவினர் இருக்கின்றனர். ஒழுங்கமைக்கப்பட்ட பிரிவினர், ரொக்கமில்லா வர்த்தகத்தையே மேற்கொண்டு வருகின்றனர்.

ஆனால் ஒழுங்கமைக்கப்படாத பிரிவினர் ரொக்கம் சார்ந்த வர்த்தகத்தையே முழுவதும் நம்பி இருக்கின்றனர். இவர்களின் வர்த்தகம்தான் முழுவதும் முடங்கி போனது. மூலப் பொருட்கள் வாங்குவது, தொழிலாளிகளுக்குக் கூலி கொடுப்பது, வரவேண்டிய பணத்தை வசூலிப்பது என மூன்று வழிகளில் பாதிப்பு இருந்தது.

தொழிலாளர்கள் தங்கள் பணத்தை மாற்றிக் கொள்ள வங்கிகளில் நீண்ட நேரம் காத்திருக்கவேண்டிய சூழல் நிலவியது. இதனால் அவர்கள் பணிக்கு வருவது கால தாமதமாகியது. பெரும் பாலானோர் தினந்தோறும் பிற்பகலில்தான் வந்தனர். அரை நாள் மட்டுமே பணி புரிவதால் உற்பத்தி பெருமளவு பாதிக்கப்பட்டது. முக்கியமாக ஜவுளி, வைரம், ரசாயனம், சாயப் பட்டறை, கட்டுமானம் உள்ளிட்ட தொழில்கள் பெரிதும் பாதிக்கப்பட்டன.

'குஜராத் மாநிலத்தின் வடோதராவில் 1,200 சாயப்பட்டறைகள் உள்ளன. இவற்றில் ஒரு லட்சம் ஊழியர்கள் பணிபுரிகின்றனர். இந்த அறிவிப்பால் ஒரு லட்சம் பணியாளர்களில் தினசரி 10 சதவீதம் முதல் 12 சதவீதப் பணியாளர்கள் பணிக்கு வராத நிலை நிலவுகிறது. இவர்களில் பெரும்பாலானோர் தினசரி ஊதியம் பெறுபவர்கள் ஆவர். இந்த நிலை மாற இன்னும் எவ்வளவு காலம் பிடிக்கும் என்று தெரியவில்லை' என்கிறார் வடோதரா தொழில் வர்த்தகச் சபைத் தலைவர் நிலேஷ் படேல்.

தொழிலாளர் பற்றாக்குறையால் இந்த நிறுவனங்களின் உற்பத்தித் திறன் கிட்டத்தட்ட 50 சதவீதம் குறைந்துள்ளது. அதுமட்டு மல்லாமல் சிறு, குறு, நடுத்தரத் தொழில்களுக்குரிய மூலப்பொருட்கள் வாராந்திர அடிப்படையில் வாங்கப்படும். குறிப்பிட்ட அளவு மட்டுமே பணம் எடுக்க முடியும் என்ற சூழ்நிலையால் மூலப் பொருட்களை வாங்குவதற்கு மிகுந்த சிரமம் ஏற்பட்டது. மேலும், இதுபோன்ற நிறுவனங்கள் வங்கி அல்லாத நிதி நிறுவனங்களிடையே 10 லட்சம் முதல் 50 லட்சம் ரூபாய்வரை கடன் வாங்கியுள்ளார்கள். இந்தக் கடன்களைத் திருப்பிச் செலுத்துவதில் சிரமம் ஏற்பட்டுள்ளது. மேற்கொண்டு முதலீடு செய்வதற்கு நிதி இல்லாமல் தவித்துவருகின்றனர்.

இந்தத் துறைகளின் பாதிப்புகள் ஒருபுறம் இருக்க அந்த 50 நாட்களில் பணத்தை மாற்றிக்கொடுப்பதற்கு பெருமளவிலான இடைத்தரகர்கள் உருவாகினர். ஒரு கோடி ரூபாய் மதிப்புள்ள பழைய 500 மற்றும் 1,000 ரூபாய் நோட்டுகளை மாற்றிக்

கொடுப்பதற்கு முதல் 10 நாட்களில் 30 சதவீதம் இருந்த கமிஷன் நாளடைவில் 16 சதவீதமாக மாறியது. கிட்டத்தட்ட 16 லட்ச ரூபாய் கமிஷனாகக் கொடுத்து பணத்தை மாற்றிச் சென்றவர்கள் ஏராளம். வங்கிமுன் வரிசையில் வெறும் 4,000 ரூபாயை மாற்றுவதற்கு மக்கள் நாள் முழுவதும் காத்துக்கொண்டிருக்க, இதுபோன்ற இடைத்தரகர்கள் வெறும் 30 நிமிடத்தில் கோடிக் கணக்கான ரூபாயை மாற்றிக் கொடுத்தனர். அரசு இயந்திரத்தால் இந்த இடைத்தரகர்களைக் கண்டறிய முடியவில்லை. இந்தியா முழுதும் அங்கொன்றும் இங்கொன்றுமாகச் சில வங்கி அதிகாரிகளும் இடைத்தரகர்களும் கைது செய்யப்பட்டனர். அவ்வளவுதான்.

நகர்ப்புற மக்களிடையேயும் பணப்புழக்கம் எளிதில் சீரடைய வில்லை. அறிவிப்பு வந்து 30 நாட்களுக்கு மேலாகியும் ஏடிஎம் முன் நின்ற மக்கள் வரிசை குறையவில்லை. நினைத்த நேரத்தில் பணத்தை எடுக்க முடியாத சூழலால் மக்களிடையே பணத்தைப் பற்றிய அச்ச உணர்வு ஏற்பட்டது. அதனால் நீண்ட நேரம் வரிசையில் நின்றாலும் பரவாயில்லை என்று அவர்கள் பணத்தை எடுத்துச் சென்றனர். மக்களிடம் குறைந்த அளவு பணமே புழங்கியதால் நுகர்வு குறைந்தது.

ஏடிஎம் மற்றும் வங்கிச் சேவைகள் நகர்ப்புறங்களில் போதுமானதாக இல்லை. ரிசர்வ் வங்கியின் தகவலின்படி இந்தியாவில் 2,02,801 ஏடிஎம் மையங்கள் உள்ளன. இதில் தனியார் வங்கிகளுக்கு 40 சதவீத ஏடிஎம் மையங்களும் பொதுத்துறை வங்கிகளுக்கு 60 சதவீத ஏடிஎம் மையங்களும் உள்ளன. இதில் பெரும்பாலானவை புதிய 2,000 ரூபாய் நோட்டுகளை எடுப்பதற்கான தொழில்நுட்ப வசதி இல்லாமல் இருந்தன. குறிப்பிட்ட சில ஏடிஎம் மையங்கள் மட்டுமே வேலை செய்தன.

முதியோர் உதவித்தொகை பெறுவோர், ஓய்வூதியதாரர்கள், விதவை உதவித்தொகை பெறுவோர் ஆகியோர் வங்கிகள் மூலமாகவே இதுவரை பணத்தை எடுத்துவந்தனர். இந்த அறிவிப்புக்குப்பிறகு வங்கிகளில் பணத்தை மாற்றுவதற்கு மக்கள் வரிசையில் நிற்க இவர்கள் அவர்களுடன் சேர்ந்து நிற்கவேண்டிய நிலை ஏற்பட்டது. முக்கியமாக ஓய்வூதியதாரர்கள் தங்களது ஓய்வூதியத்தை எடுக்க முடியாமல் மிகுந்த சிரமத்துக்கு ஆளாகினர்.

இது ஒருபுறம் இருக்க, நடுத்தர வர்க்கத்தினரிடையே ரொக்கம் மூலமாகத் தங்களது தேவைகளைப் பூர்த்தி செய்துகொள்வது குறைந்தது. இவர்கள் முழுவதுமாக கிரெடிட் கார்டுகள், டெபிட் கார்டுகள் ஆகியவற்றைச் சார்ந்து வாழ்க்கையை நகர்த்தத் தொடங்கினர். பேட்டிஎம் (Paytm) என்னும் மொபைல் வாலட் சேவையின் பயன்பாடு அதிகரித்தது. பாயிண்ட் ஆப் சேல் இயந்திரங்களின் பயன்பாடு வளர்ச்சியடைந்தது. நவம்பர் மாதத்துக்குமுன் பாயிண்ட் ஆப் சேல் இயந்திரங்களுக்கு நாள் ஒன்றுக்கு 200 விண்ணப்பங்களே வந்த நிலையில் டிசம்பர் மாதத்தில் நாள் ஒன்றுக்கு 1,000 விண்ணப்பங்களுக்குமேல் வரத்தொடங்கின. நகர்ப்புறங்களில் பேட்டிஎம் சிறு சிறு கடைகளுக்கும் பரவத் தொடங்கியது. இப்படி ஒருபுறம் நகர்ப்புற மக்கள் டிஜிட்டல் பொருளாதாரத்தை நோக்கிப் போவதும் மறுபுறம் உழைக்கும் மக்கள் ஏடிஎம் மையங்களின் முன் நிற்பதுமாக முரண்பாடாக் காட்சியளித்தனர்.

பணமதிப்பு நீக்க முடிவுக்கு எதிர்வினையாற்றும் விதமாக நவம்பர் 24-ம் தேதியன்று மாநிலங்கள் அவையில் பேசிய முன்னாள் பிரதமர் மன்மோகன் சிங், 'ரூபாய் நோட்டுகள் விவகாரத்தில் அரசின் நடவடிக்கையால் ஏழை மக்கள் பெரும் அவதிக்கு உள்ளாகியுள்ளனர். 50 நாட்கள் பொறுத்திருங்கள் என்று பிரதமர் கூறுகிறார். இந்தக் குறுகிய நாட்கள் அவகாசம்கூட ஏழை மக்களை அதிக அளவில் பாதிக்கும். இதுவரை 65 பேர் உயிரிழந்துள்ளனர். ஏழைகளின் தினசரி நடவடிக்கை பாதிக்கப் பட்டுள்ளது. இதனைத் தடுக்கச் சரியான நடவடிக்கை எடுக்கப்பட வில்லை. விவசாயம், சில தொழில்கள் ஆகியவற்றுடன் அமைப்புசாராத் தொழில்கள் பலவும் பெரிதும் பாதிப்புக்கு உள்ளாகி முற்றிலும் முடங்கியுள்ளன. கூட்டுறவு அமைப்புகளும் பாதிக்கப்பட்டுள்ளன. நாட்டின் மொத்த உற்பத்தி (ஜிடிபி) 2 சதவிதம்வரை பாதிக்கப்படும்' என்று ஆவேசமாகப் பேசினார். எதிர்க்கட்சிகள் நாடாளுமன்றத்தில் தொடர்ந்து அமளியில் ஈடுப்பட்டனர். மன்மோகன் சிங் பேசும்போது பிரதமர் நரேந்திர மோதியும் அமர்ந்திருந்தார். ஆனால் அவர் எந்தப் பதிலும் தரவில்லை. பிரதமர் பதிலளிக்கவேண்டும் என்று எதிர்க்கட்சிகள் வலியுறுத்தின.

ஆனால் மோதியின் பணமதிப்பு நீக்க முடிவை பிகார் முதல்வர் நிதிஷ்குமார், ஒடிஸா முதல்வர் நவீன் பட்நாயக் ஆகியோர்

வரவேற்றனர். 'மோதியின் இந்தத் திட்டத்தை வரவேற்கிறேன். மேலும் பிரதமர் பினாமி பரிவர்த்தனைகளை தகர்க்க வேண்டும். அதுமட்டுமல்லாது வெளிநாட்டில் உள்ள கருப்புப் பணத்தையும் கொண்டுவரவேண்டும்' என்று நிதிஷ் குமார் கூறினார்.

இதற்கிடையே முன்னாள் நிதியமைச்சர் ப. சிதம்பரம், 'பணமதிப்பு நீக்கத்தால் 2016-17 நிதியாண்டில் 1 சதவீத ஜிடிபி இழப்பு அதாவது 1.5 லட்சம் கோடி ரூபாய் இழப்பு ஏற்படும்' என்று தெரிவித்தார்.

கட்சிகள் இப்படித் தங்களது ஆதரவு, எதிர்ப்பு கருத்துகளைப் பதிவு செய்துகொண்டிருந்தன. நாடாளுமன்றம் முடங்கிக் கிடந்தது. மக்கள் தங்கள் அன்றாடச் செலவுகளுக்கு ரொக்கம் இல்லாது தவித்தனர். தொழில்கள், விவசாயம் எனப் பல்வேறு துறைகள் பாதிக்கப்பட்டன.

மற்றொருபுறம் பணமில்லாப் பொருளாதாரம் அசுர வேகத்தில் வளர்ச்சியடைந்தது. கிரெடிட் கார்டு, டெபிட் கார்டு, டிஜிட்டல் வாலட்டுகள் போன்றவற்றின் சந்தை பெருகியது. பெருநகர மக்கள் இவற்றைப் பெருமளவு பயன்படுத்தத் தொடங்கினர்.

பிரதமரின் நம்பிக்கையான பேச்சு, மத்திய அரசின் அடுத்தடுத்த அறிவிப்புகள் என அந்த 50 நாட்கள் இந்தியப் பொருளாதாரத்தில் மறக்கமுடியாதவை.

4

பணமதிப்பு நீக்கத்துக்கு முன்

வரிகளைத் தவிர்த்து, வரி ஏய்ப்பு சார்ந்து தொழில் செய்வதையே வாழ்க்கைமுறையாகக் கொண்ட பல தொழில்கள் தொடர்ந்து நம் நாட்டில் தங்கு தடையின்றி இயங்கிவந்தன. எண்ணிலடங்காத முறையற்ற நிறுவனங்கள் சிறு, குறு மற்றும் நடுத்தரத் தொழில்களாக இயங்கிவந்தன. பல பெருநிறுவனங்களும் வரி ஏய்ப்பு செய்வதையே அடிப்படை வர்த்தகமுறையாக கடைப் பிடித்துவந்தன. வரி ஏய்ப்பு என்பது விரும்பிச் செய்யும் வர்த்தக முறையாகவே வளர்ச்சிகண்டது. வரி ஏய்ப்பு செய்வோர் ஒரு வர்க்கமாகவே காலப்போக்கில் வளர்ந்தனர். இந்த வர்க்கத்துக்கு, அரசியல் மற்றும் அதிகார வர்க்கம் துணைநின்றது. இந்நிறுவனங் களுக்கு நிதிக்கடன், போக்குவரத்து, பணப் பரிமாற்றம் என்று பல சார்புத் தொழில்கள் துணைநின்றன.

காலப்போக்கில், இந்த முறைசாராப் பொருளாதாரமானது, முறைசார்ந்த பொருளாதாரத்துக்கு ஈடாக இயங்கும் அளவுக்கு விஸ்வரூபம் எடுத்தது. பல துறைகளில், முறைசார்ந்த பொருளாதாரத்தையே முடக்கும் அளவுக்கு பலத்தோடு விளங்கியது. பொருளாதாரச் சீர்திருத்தம் எற்படுத்த முயன்ற விளைவுகளுக்கு எதிர்மறையான விளைவுகளை இந்த வர்க்கம் நாட்டின்மீது திணித்தது.

நாட்டின் அபரிமிதமான பொருளாதார வளர்ச்சி இவர்களின் நிதிநிலையைப் பெரிதும் மேம்படுத்தியது. இந்த மேம்பாட்டின் மூலம் அவர்கள் தனிப்பட்ட முறையில் செல்வங்களை குவித்தார்களே ஒழிய நாட்டின் வளர்ச்சிக்குச் சிறிதும் பங்களிப்பு செய்யவில்லை. இவர்களை வரிச் சட்டங்களுக்கு உட்பட்டு நடக்கவைக்க அரசு எடுத்த அனைத்துச் சீர்திருத்தங்களும் திசை மாற்றிச் செலுத்தப்பட்டன. இதில் அரசியல்-அதிகாரக் கூட்டு இருந்தது என்பதே உண்மை.

இப்படித் தொழில் செய்வதன்மூலம் சம்பாதிக்கும் அபரிமிதமான லாபத்தை அசையாச் சொத்துகளாகவும், தங்க ஆபரணங் களாகவும், ரொக்கமாகவும் குவித்த இந்த வர்க்கம் பெருவளர்ச்சி கண்டது. இவர்களுக்குப் பாதுகாப்பு கொடுக்க ஆட்சியாளர்களில் சிலரைப் பயன்படுத்திக்கொண்டால் போதும் என்ற நிலைமை நாட்டில் நிலவியது. தொழிலதிபர்கள் தாமே முன்வந்து அரசியலில் நுழைந்து, தங்கள் தொழிலை பலப்படுத்திக் கொள்வதும் ஒரு நடைமுறை ஆனது. அதேபோல, பல அரசியல் வாதிகள் நேரடியாகத் தொழில்களைத் தொடங்கி தங்கள் அரசியல் பலம் கொண்டு அவற்றை வளர்த்தனர்.

இதற்கு முக்கியக் காரணமாக நாட்டில் நிலவிய அரசியல் சூழலைச் சொல்லலாம். பொருளாதாரச் சீர்திருத்தத்தைத் தொடங்கிய ராஜிவ் காந்தி தலைமையிலான காங்கிரஸ் ஆட்சி மட்டுமே தனித்துப் பெரும்பான்மையோடு அமைந்தது. அடுத்து கூட்டணி ஆட்சியாகவே மத்தியில் ஆட்சிகள் அமைந்தன. அறுதிப் பெரும்பான்மை பெற இயலாத இரு பெரும் கட்சிகளான காங்கிரஸும் பாரதிய ஜனதாவும் மாநிலக் கட்சிகளை நம்பியே ஆட்சி செய்தனர். இதனால், கடினமான பொருளாதார முடிவுகளை எடுக்க முடியவில்லை. கூட்டணி தர்மம் என்ற பெயரில் அரசியல் நெருக்கடிகள் கொடுத்து, அதன்மூலம் பல வகையிலும் பொருளாதாரச் சீர்திருத்தங்களுக்குத் தடையாக மாநிலக் கட்சிகள் இருந்தன. நேரடியாகவும் மறைமுகமாகவும் வரி ஏய்ப்பு செய்பவர்கள் இவர்களின் பாதுகாப்பில் வளர்ந்தனர்.

காலப்போக்கில் இது கட்சி சார்புக்கு அப்பாற்பட்ட ஒரு நடைமுறை ஆனது. இதனால் நாட்டின் வரிவசூல் பாதிக்கப் பட்டது. பொருளாதார வளர்ச்சி விகிதங்கள் உண்மை நிலையை வெளிப்படுத்தத் தவறின. நாடு உலக அளவில் அடையவேண்டிய

பொருளாதார அந்தஸ்து நமக்குக் கிடைக்கவில்லை. அரசு, எதிர்காலத்துக்குத் தேவையான முதலீடுகளைச் செய்ய முடியாமல் திணறியது. அரசுடைய பட்ஜெட்டில் பற்றாக்குறை அதிகமானது. நாட்டின் பொருளாதார மதிப்பீட்டை சர்வதேச ரேட்டிங் நிறுவனங்கள் குறைப்பதாக அச்சுறுத்தின. இந்த நிலையை மாற்றியே ஆகவேண்டும் என்ற நிலையில் இந்தியா இருந்தது. இதற்கு உலகப் பொருளாதாரத்தின் தேக்கம் ஒரு முக்கியக் காரணம்.

2014-ம் ஆண்டு பொதுத் தேர்தலில் பாஜக தனிப் பெரும் பான்மையுடன் வெற்றிபெற்று ஆட்சியை அமைத்தது. தேர்தலில் முன்வைக்கப்பட்ட முக்கிய பிரச்சினைகளாக ஊழலும் கருப்புப் பணமும் இருந்தன. அதன் காரணமாக, கருப்புப் பணம் என்பது அரசியல்ரீதியாக ஒரு சூடான தலைப்பானது.

கருப்புப் பணம் பற்றிய விவாதம் இல்லாமல் ஒரு தேர்தலும் நடப்பதில்லை. பல தேர்தல்களில் ஒவ்வொரு வாக்காளருக்கும் ரொக்கத்தை 'லஞ்சமாக' கையில் கொடுக்கும் பழக்கத்தை அரசியல் காட்சிகள் கடந்த பல ஆண்டுகளாகவே கடைப்பிடித்து வருகின்றன. அரசியலை நகர்த்துவதிலும் தேர்தல் முடிவுகளைத் தீர்மானிப்பதிலும் கருப்புப் பணம் முக்கியமான இடத்தில் இருப்பதை சாமானியர்கள் நன்கு உணர்ந்துள்ளனர். ஆகவே, தேர்தல் பிரச்சாரத்தில், கருப்புப் பணத்தைத் திரும்பக் கொண்டு வருகிறேன் என்று சொன்னால் அது அடித்தட்டு மக்களின் கனவுகளை பிரதிபலித்து அவர்களை ஈர்க்கும். இது 2104-ம் ஆண்டில் நடந்ததில் ஆச்சரியப்பட எதுவுமில்லை.

ஆனால், அந்த எதிர்பார்ப்பை நிறைவேற்றுவது எளிதல்ல. கடுமையான நடவடிக்கைகளை எடுக்கவேண்டி வரும். அத்தகைய நடவடிக்கைகள் யாரைப் பாதிக்கிறது என்பதைப் பற்றிக் கவலையின்றி முடிவுகள் மேற்கொள்ளப்பட வேண்டிவரும். அத்தகைய முடிவுகளை மக்கள் ஏற்றுக்கொள்வார்களா என்ற கவலை ஆட்சியில் அமரும் யாருக்கும் வரும். ஆட்சிக்கு வர விரும்பும் கட்சிகள் மக்களுக்கு அத்தகைய வாக்குறுதிகளை வழங்கினால் அவற்றை நிறைவேற்றும்போது சமூகத்தின்மீது பல கசப்பான முடிவுகளைச் சுமத்தவேண்டியிருக்கும்.

இந்தச் சூழலில்தான், 2014 தேர்தலில் கருப்புப் பணம் ஒரு முக்கியமான பிரச்சினையாக முன்வைக்கப்பட்டது. தேசிய

ஜனநாயகக் கூட்டணி ஆட்சிக்கு வந்த 100 நாட்கள் கொண்டாட்டத்தின்போது, இதை எதிர்க்கட்சிகள் மீண்டும் கையில் எடுத்தன.

மோதி அரசுமீது எதிர்க்கட்சிகள் வைத்த குற்றச்சாட்டு, 'மோதி மக்கள் கணக்கில் போடுவதாகச் சொன்ன 15 லட்ச ரூபாய் எங்கே?' மோதி 2014 தேர்தல் பிரசார உரையில் கருப்புப் பணம் பற்றிச் சொன்ன கணக்கு அவரைத் தொடர்ந்து துரத்தியது. வங்கிகளில் குவிந்த வாரக்கடன்கள் பற்றி மக்கள் மத்தியில் அதிகமாகப் பேசப் பட்டது. அந்தக் கடன்கள் முந்தைய காங்கிரஸ் ஆட்சிக்காலத்தில் கொடுக்கப்பட்டவை என்றாலும், இந்த அரசு அவற்றை விரைந்து வசூலிக்கவேண்டும் என்று மக்கள் பெரிதும் எதிர்பார்த்தனர்.

வெளிநாட்டில் உள்ள கருப்புப் பணத்தைத் திரும்பப் பெறுதல், வங்கிகளில் கடன் பாக்கி வைத்துவிட்டு வெளிநாட்டில் வாழும் தொழிலதிபர்களைச் சட்டத்தின்முன் நிறுத்துதல் என்று மக்களின் எதிர்பார்ப்புப் பட்டியல் நீண்டுகொண்டே இருந்தது. மக்கள் எதிர்பார்ப்பை நிறைவு செய்ய அரசு திணறியது.

கருப்புப் பணத்திற்கு எதிர்வினை ஆற்றும் உறுதி இருந்தாலும் அரசால் அதிகம் சாதித்துக் காட்ட முடியவில்லை. குறிப்பாகச் சொல்லும்படி எந்த நடவடிக்கையும் மக்கள் மனத்தைக் கவரவில்லை. இயல்பு வாழ்வில், நம்மை சுற்றி இருக்கும் கருப்புப் பணம் வைத்திருப்போர் தொடர்ந்து தைரியமாகச் செலவு செய்தார்கள். சொத்துகளை வாங்கினார்கள். எந்தத் தடையு மின்றித் தொடர்ந்து கருப்புப் பணம் சேகரித்தார்கள். இது மக்கள் மனத்தில் நம்பிக்கையின்மையை ஏற்படுத்தியது.

கருப்புப் பணத்தைக் கண்டுபிடிப்பது அவ்வளவு எளிதல்ல. நம் பொருளாதாரத்தில் கருப்புப் பணம் வெள்ளையாகவும் வெள்ளைப்பணம் கருப்பாகவும் மாறிக்கொண்டே இருக்கிறது. உதாரணத்துக்கு, வெள்ளைப் பணம் மட்டுமே கொண்ட ஒருவர் நிலம் வாங்கும்போது, தன் வங்கிக்கணக்கிலிருந்து எடுத்த பணத்தில் ஒரு பகுதியை, வாங்குபவருக்கு ரொக்கமாகக் கொடுக்கிறார். இந்தப் பணம் பத்திரப் பதிவில் கணக்கில் காட்டப்படவில்லை என்றால், இது வாங்குபவர் கையில் கருப்புப் பணமாக ஆகிறது. ஆனால், கொடுத்தவரிடம் அது இருந்தவரை வெள்ளைப்பணமாகவே இருந்தது.

இன்னொரு ரொக்கப் பரிவர்த்தனையைப் பார்ப்போம். ஒருவரிடம் கருப்புப் பணம் இருக்கிறது. இதைக் கொண்டு அவர் ஒரு திருமண அரங்கையோ, திரை அரங்கையோ வாங்குகிறார். அதன்பின், அவர் எல்லா வருமானத்தையும் கணக்கில் காட்டுகிறார். ஆக, தொடக்க முதலீட்டில் கருப்புப் பணம் அடக்கம் என்றாலும், அதற்குப்பின் சம்பாதிக்கும் பணம் வெள்ளைப் பணமாக இருப்பதற்கு வாய்ப்பு உண்டு.

அபரிமிதமான கருப்புப் பணம் உடையவர்களின் நுகர்வு, சாமானியர்களைச் சமூகத்தின் விளிம்புக்கே தள்ளும் அளவுக்குப் பெரும் வல்லமை கொண்டது. இந்தப் பணத்தைக் கொண்டு இவர்கள் தங்கள் நுகர்வை நடத்தும்விதம், சாதாரண நடுத்தர வர்க்கத்தினரால் ஈடு கொடுக்க முடியாத வண்ணம் அமைந்தது. இதற்குச் சிறந்த உதாரணமாக ரியல் எஸ்டேட் துறையின்மீது கருப்புப் பணம் ஏற்படுத்தியுள்ள தாக்கத்தைச் சொல்லலாம்.

கருப்புப் பணத்தைப் பெரும்பாலும் யாருமே ரொக்கமாக வைத்திருக்க மாட்டார்கள். பெரும்பாலானோர், அதனை நிலமாக, மனைகளாக, வீடுகளாக மாற்றுவார்கள். அல்லது தங்கமாக, நகைகளாக வாங்கி வைத்துக்கொள்வார்கள். கருப்புப் பணம் கொண்டு இடங்களை வாங்கும்போது இவர்கள் விலை அதிகமாக வாங்கத் தயங்குவதில்லை. ஏனெனில், பணத்தை எப்படியாவது தள்ளிவிடவேண்டும். வேறு ஒரு சொத்தாக அதனை மாற்றவேண்டும். அப்படி ஏறும் இடத்தின் விலை, நடுத்தர வர்க்கத்தின் வாங்கும் சக்தியை நிலைகுலையச் செய்து விடுகிறது.

பத்து வருடத்துக்குமுன், நகரத்தின் வளமான பகுதிகளில் வீடு வாங்கக்கூடிய வசதி படைத்தவர்கள்கூட, இப்போது வாங்க வேண்டும் என்றால் புறநகரின் விளிம்பில்தான் வாங்க முடியும். இதற்கு முக்கியக் காரணம், இந்தத் தொழிலில் கருப்புப் பணம் ஏற்படுத்திய கள்ளச் சந்தை. ஊழல் மற்றும் வரி ஏய்ப்பு மூலம் குவிந்த பணத்தின் பெரும்பகுதி ரியல் எஸ்டேட் சந்தையை ஆட்டிவைக்கத் தொடங்கியது. வங்கிகளும் ரியல் எஸ்டேட் துறைக்கு எளிதில் கடன் கொடுத்தார்கள். இதனால் ஏற்கெனவே கருப்புப் பணம் கொண்டு சேகரித்த சொத்துகளைப் பிணை வைத்து மேலும் கருப்புப் பணத்தை முதலீடு செய்து பெரும் சொத்துகளைக் குவிக்க வசதியாக அமைந்தது. சாமானியர்கள்

சொந்த வீடு கட்டுவதைக் கனவிலும் நினைக்க முடியாத சூழல் ஏற்பட்டது.

கருப்புப் பணத்தை வெள்ளையாகவும் வெள்ளைப் பணத்தைக் கருப்பாகவும் எளிதில் மாற்றிக்கொள்ளும் வாய்ப்பு அதிகம் இருந்தால் பெருவாரியான மக்கள் கருப்புப் பணம் சேகரிப்பதி லேயே ஆர்வமாக இருந்தனர். தொழிலையும் அந்த இலக்கை நோக்கியே நகர்த்தினர். இந்தச் சூழ்நிலையில், அரசால் கருப்புப் பணத்திற்கு எதிராக எதிர்வினை ஆற்ற முடியவில்லை. கருப்புப் பொருளாதாரம் தொடர்ந்து செழித்தது. ஒரு தொழில் முழுதும் கருப்புப் பணம் சார்ந்து நடக்கும்போது, அதன் ஊழியர்களுக்குத் தரப்படும் ஊதியமும் கருப்புப் பணமாகவே இருக்கும். அரசுக்கு எந்த வரிகளும் வராது. ஆனால் இந்த நிறுவனங்களின் பொருளாதார வளர்ச்சிக்குத் தேவையான அனைத்துப் பராமரிப்பு செலவுகளும் அரசின்மீது சுமத்தப்படுகின்றன.

உள்கட்டமைப்பு, தொழிற்பேட்டை வசதி, நீர் ஆதாரம், பொதுச் சுகாதாரம், கல்வி, போக்குவரத்து வசதி என்று அனைத்துத் தேவைகளையும் அரசுதான் கொடுக்கிறது. அரசு செய்யும் முதலீடுகளால் பயன்பெறும் தொழில்களே இந்தக் கட்டுமானங்களின் வளர்ச்சிக்குத் தடையாக இருக்கும் அவல நிலை ஏற்பட்டது. அரசின் வருமானம் கூடவேண்டும் என்றால், வரி ஏய்ப்பைத் தடுத்தாகவேண்டிய கட்டாயம் இருந்ததை கட்சிச் சார்பற்று அனைவரும் உணர்ந்தனர். நாட்டின் அனைத்துக் கட்சிகளுமே பெருவாரியாக சமூகநலம் சார்ந்த அரசியலையே கடைப்பிடித்துவந்ததால், இந்த இன்னலை ஒழிக்கவேண்டிய அவசரத்தை ஓர் அரசியல் தேவையாகவும் பார்த்தனர்.

கருப்புப் பணத்தை முதலீடு செய்பவர்கள் அரசுக்கு ஏதும் பங்களிப்பு செய்யாமல் சொத்துகளைத் தங்களுக்கென்று குவிக்கும் ஓர் தனி இனமாக உருவாகியுள்ளனர். இந்த இனத்தி லிருந்துதான் அரசியல் தலைவர்கள், கல்வித் தந்தைகள் மற்றும் சமூக விரோதத் தொழில்முனைவோர் உருவாகிவருகின்றனர். இவர்களின் வளர்ச்சி, கருப்புப் பணம் சார்ந்துமட்டுமே நடக்கிறது. அந்த வளர்ச்சி கருப்புப் பணமாகவே பரிமாணம் எடுக்கிறது. ஒன்றில்லை என்றால் மற்றொன்று நடக்காது. ஆகவே, நம் சமூகத்தில் கருப்புப் பணம் ஒரு தொழில்சார் தீங்கு மட்டும் அல்ல, சமூகம் தழுவிய நோயும் கூட. இதை அழித்தால் மட்டுமே நம் சமூகம் தன் முழுத் திறனை வெளிக்காட்ட முடியும்.

சாதாரண மக்களுக்கு என்று அரசு பெரும் தொகையைச் செலவிடுகிறது. இது ரேஷன் பொருள்களாகவோ அல்லது குறைந்த விலையில் கேஸ் சிலிண்டர்களாகவோ அல்லது மருத்துவக் காப்பீடாகவோ இருக்கலாம். ஆனால் இதன் பலன்கள் குறிப்பிட்டவர்களுக்குப் போய்ச் சேராமல் இடைப்பட்டவர் களால் அனுபவிக்கப்படுவதை நாம் அனைவருமே பார்த்திருக் கிறோம். இந்த வழியிலும் பெருமளவு கருப்புப் பணம் உருவாகிறது. ரேஷன் அரிசியை மக்களுக்குக் கொடுத்ததாகச் சொல்லிவிட்டு ஒட்டுமொத்தமாகக் கடத்தி இன்னொரு மாநிலத்தில் அதிக விலைக்கு விற்றுவிடுவதை உதாரணமாகச் சொல்லலாம். இதுபோன்ற ஊழல்களை எப்படித் தடுப்பது?

அரசு இதற்காகக் கொண்டுவந்ததுதான் கைரேகை (பயோமெட்ரிக்) அடிப்படையிலான ஆதார் என்ற அடையாள அட்டைத் திட்டம். இந்தத் திட்டத்தை ஐக்கிய முற்போக்குக் கூட்டணி அரசு கொண்டுவந்திருந்தது. இந்தத் திட்டத்தை அப்போது பாஜக எதிர்த்தாலும் அவர்கள் ஆட்சிக்கு வந்ததும் இந்தத் திட்டத்தின்மூலம் அனைத்துச் சேவைகளையும் லஞ்சம், ஊழல் இல்லாத முறையில் மக்களுக்கு வழங்க முற்பட்டது. ஆதார் மூலம் அடையாளம் காட்டப்பட்ட மக்களுக்கே அரசின் சமூக நலச் சேவைகள் வழங்கப்படும் என்ற முடிவு எடுக்கப் பட்டது. ஆனால், இந்த முடிவு உச்ச நீதிமன்றத்தின் தடையை எதிர்கொள்ளவேண்டியிருந்தது. இருந்தாலும், அரசு இதனை மெருகேற்றி, பல சமூகத் திட்டங்களை மக்களுக்கு வழங்கத் திட்டமிட்டுள்ளது. இதுவரை மொத்தம் 108.41 கோடி ஆதார் கணக்குகள் தொடங்கப்பட்டுள்ளன.

ஜன் தன், ஆதார், மொபைல் என்கிற மூன்றையும் இணைத்து மக்கள் சேவைகளை வழங்க அரசு முடிவு முடிவு செய்தது. இதுவரை மொத்தம் 25.82 கோடி ஜன்தன் வங்கிக் கணக்குகள் தொடங்கப்பட்டுள்ளன.

2ஜி ஸ்பெக்ட்ரம் ஊழலுக்குப்பின், அரசு தொலைத்தொடர்புத் துறையைச் சீரமைத்து இரண்டு ஏலங்களை நடத்தியது. இதன்மூலம், தொலைத்தொடர்பு சேவை வழங்கும் நிறுவனங் களுக்கு, வேண்டிய அளவு ஸ்பெக்ட்ரம் ஒதுக்கப்பட்டு சேவை சீராக அமைய வழிவகுக்கப்பட்டது. நாடுதழுவி பிராட்பேண்ட் சேவை வழங்குவதற்கு ஏதுவாக 64,000 கிமீ கேபிள் தரையடியில்

புதைக்கப்பட்டது. டிஜிட்டல் பரிவர்த்தனைகள் ஏற்படுத்து வதற்கான உட்கட்டமைப்பை ஏற்படுத்துவதில் அரசு தீவிரம் காட்டியது.

வரி ஏய்ப்பைத் தடுக்க, தொழில்நுட்பரீதியான அணுகுமுறையை அரசு எடுத்தது. வரிச் சட்டங்களில் மாற்றங்களைக் கொண்டுவரத் தீவிரம் காட்டியது. இதில் முக்கியமாகக் குறிப்பிடவேண்டியது ஜிஎஸ்டி திட்டத்தை அமலுக்குக் கொண்டுவருவது. அதற்கு ஏற்றார்போல் நாடாளுமன்றத்தின் இரு அவைகளிலும் ஜிஎஸ்டி சட்ட மசோதா நிறைவேறியது.

வரி ஏய்ப்பு செய்வோருக்கு இறுதியாக ஒரு வாய்ப்பு அளிக்க அரசு முடிவு செய்தது. அதற்காக வகுக்கப்பட்ட திட்டம்தான் 'தாமாக முன்வந்து வருமானத்தைத் தெரிவிக்கும் திட்டம்' (ஐடிஎஸ்). இந்தத் திட்டத்தின்மூலம், ஒருவர் தான் வரி ஏய்ப்பு செய்து சம்பாதித்த சொத்துகளை அரசுக்குத் தாமாக அறிவித்தாலே போதும். அப்படி அறிவிப்பு செய்த சொத்துகளுக்கும் ரொக்கத்துக்கும் 45% வரி செலுத்தினால் போதும் என்று அறிவிக்கப்பட்டது. இதற்கான கால அவகாசம் 30 செப்டம்பர் 2016 வரை என்று அறிவிக்கப்பட்டது. பிரதமர், நாட்டு மக்களுக்கான தன்னுடைய உரையில் இந்தத் திட்டத்தின் முக்கியத்துவத்தை விளக்கியதோடு, இந்தத் திட்டம் வரி ஏய்ப்போருக்கான கடைசி வாய்ப்பு என்றும் தெளிவுபடுத்தினார். பலர் தாமாக முன்வந்து கணக்கில் வராத வருமானத்தை தெரிவித்தனர். இந்த முறையின் கீழ் கிட்டத்தட்ட ரூ. 65,000 கோடி கருப்புப் பணம் வெளியே வந்தது.

பிரதமர் உரையில், கருப்புப் பணத்தை எதிர்கொள்ள அரசு அடுத்தெடுத்து எடுக்கக்கூடிய நடவடிக்கைகள் மிகக் கடுமையாக இருக்கும் என்று எச்சரித்திருந்தாலும் யாரும் அதைப் பெரிதாக எடுத்துக்கொள்ளவில்லை.

நாடாளுமன்ற மாநிலங்கள் அவையில் ஆளும் கட்சிக்குப் பெரும் பான்மை இல்லாவிட்டாலும், அரசு தொடர்ந்து ஊழல் ஒழிப்புக்குத் தேவையான சட்ட மாற்றங்களை நிறைவேற்றியது. பினாமி சொத்துகள் மசோதா தேவையான மாற்றங்களுடன் இரு அவைகளிலும் நிறைவேறியது.

கருப்புப் பணத்தை ஒழிக்கத் தேவையான ஆயத்தப் பணிகள் நடந்துகொண்டே இருந்தன. வெளிநாடுகளில் பதுக்கி வைக்கப் பட்டிருக்கும் கருப்புப் பணத்தை அறிய மொரிஷியஸ், சுவிட்சர்லாந்து போன்ற பல நாடுகளுடன் தகவல் பகிர்வு ஒப்பந்தங்களை அரசு மாற்றி அமைத்தது. இதன்மூலம் வெளிநாடுகளில் கருப்புப் பணம் பதுக்கப்படுவது கடினமாகும். ரூ. 2 லட்சத்துக்கும்மேல் தங்க நகை வாங்கினால் பான் கார்டு கட்டாயம் என்ற சட்டத்தை அரசு கொண்டுவந்தது.

5

பணமதிப்பு நீக்கத்துக்குப் பின்

நவம்பர் 8-ம் தேதி இரவு வந்த அறிவிப்பை யாரும் எதிர்பார்த்திருக்கவில்லை. பிரதமர் பணமதிப்பு நீக்கத்தை அறிவித்தபிறகு மக்களிடையே மிகப் பெரிய பதட்டம் உருவானது. அன்றிரவு நகரங்களிலும் சிறுநகங்களிலும் ஏடிஎம் மையங்களை நோக்கி மக்கள் திரளாக ஓடினர். அறிவிப்புக்குப்பின் ஏடிஎம் மையங்களில் 100 ரூபாய் நோட்டுகளை மட்டுமே எடுக்க முடிந்தது. அதனால் மக்கள் 400 ரூபாயாக இரண்டு, மூன்று தடவை எடுத்தார்கள். கையில் உயர் மதிப்பு நோட்டுகள் மட்டும் வைத்திருந்த பயணிகள் பல இன்னல்களுக்கு ஆளாகினர். பேருந்துகளில் பயணச்சீட்டு வாங்க இயலாத நிலைக்கு தள்ளப் பட்டனர். அன்று இரவு, பெட்ரோல் நிலையங்களிலும் பழைய நோட்டுகளை வாங்க மறுத்தனர்.

அதிக அளவிலான கருப்புப் பணத்தை வைத்திருந்த மக்களுக்கு வேறுவிதமான கவலைகள் உண்டாகின. அவர்கள் தங்கள் கையில் இருக்கும் பணத்தை எடுத்துக்கொண்டு நகைக் கடைகள் இருக்கும் பகுதிகளுக்குப் படையெடுத்தனர். சென்னையின் நகைக் கடைகளில் பெண்களும் ஆண்களும் சம அளவில் நிற்பதைப் பார்க்க முடிந்தது. பெரிய கடைகளில் விடிய விடிய வியாபாரம் நடந்தது. நவம்பர் 8-ம் தேதி இரவு முதல் 9-ம் தேதி காலை 3 மணி வரை மட்டும் கிட்டத்தட்ட 15 டன் தங்கம் இந்தியா முழுதும் விற்பனையானதாக இந்திய புல்லியன் கூட்டமைப்பு

தெரிவித்தது. இதன் மதிப்பு சுமார் 5,000 கோடி ரூபாய். முக்கியமாக தில்லி, உத்தரப் பிரதேசம், பஞ்சாப் போன்ற மாநிலங்களில் தங்க விற்பனை உச்சத்தைத் தொட்டது. நவம்பர் 9-ம் தேதி அன்று 10 கிராம் தங்கத்தின் விலை, கடந்த மூன்று வருடங்களில் இல்லாத அளவுக்கு 31,750 ரூபாயைத் தொட்டது. ஆனாலும் நகைக்கடைகளில் மக்கள் கூட்டம் குறைந்த பாடில்லை.

இதே காலத்தில் முறையற்ற பொருளாதார நடவடிக்கைகள் முடங்கிப் போயின. உதாரணமாக சென்னையிலிருந்து முக்கிய நகரங்களுக்கும் முக்கிய நகரங்களிலிருந்து சென்னைக்கும் தினமும் 10 லட்சம் முதல் கோடிக் கணக்கான ரூபாய்வரை ஹவாலா முறையில் கைமாறும். அதாவது சென்னையில் ஒரு நபர் புரோக்கரை அணுகி இவ்வளவு தொகை மதுரையில் உள்ள ஒருவருக்கு கொடுக்கவேண்டும் என்று சொன்னால் அடுத்த அரை மணி நேரத்தில் அந்தப் பணம் நாம் சொல்லிய நபருக்குப் போய்ச் சேர்ந்துவிடும். இதற்கு, வங்கியில் வாங்கக்கூடிய வரைவோலைக்கான கட்டணம் அளவுக்கு கமிஷன் வாங்குவார்கள். அதிக அளவு தொகை கை மாறும்போது ஒரு கணிசமான தொகை கமிஷனாகக் கிடைக்கும். இது முழுவதுமே கருப்புப் பணம்தான். பண மதிப்பு நீக்க அறிவிப்பு வந்தபிறகு இந்த இடைத்தரகர்கள் கூட்டம் அப்படியே கூண்டோடு ஒழிந்தது. வைத்திருந்த கருப்புப் பணத்தை மாற்றுவதே இவர்களுக்குப் பெரும்பாடாக இருந்தது.

அதேபோல் மும்பை நகரம் புல்லியன் சந்தைக்குப் பிரபலம். புல்லியன் சந்தை என்றால் தங்கம், வைரம், வெள்ளி போன்ற வற்றை மொத்தமாக வாங்கக்கூடிய சந்தை. இந்தியாவில் பெருமளவு கருப்புப் பணம் தங்கமாகவோ அல்லது வைரமாகவோ மாற்றப்படும். இவ்வாறு கருப்புப் பணத்தை மாற்றித் தருவதில் மும்பை புல்லியன் சந்தை மிக முக்கியப் பங்கு வகிக்கிறது. பணமதிப்பு நீக்க அறிவிப்பு வந்த அன்று இரவே கட்டி கட்டியாக இவர்கள் தங்கத்தை விற்றனர். அத்துடன் சிசிடிவி பதிவுகளையும் அழித்துவிட்டனர். நிறையக் கடைகள் ஒரு வாரத்துக்கும் மேலாகத் திறக்கப்படாமல் இருந்தன. ஆனால், வர்த்தகம் தொடர்ந்து நடந்துகொண்டேதான் இருந்தது. இவர்கள், ரசீது இல்லாமலேயே தங்கத்தை 10 கிராம் 49,000 ரூபாய் என்ற விலைக்கு விற்றனர். அதே நேரம், தங்களுடைய பணியாளர்களைக் கொண்டு தாங்கள் பெற்ற 500 மற்றும் 1,000 ரூபாய் நோட்டுகளை மாற்றிவந்தனர்.

அமலாக்கத்துறையினர் ஆய்வு மேற்கொண்டு இங்கு சுமார் 1.5 கோடி ரூபாய் அளவுக்கு மோசடி செய்யப்பட்டிருப்பதைக் கண்டறிந்தனர். மேலும் ஷெல் கம்பெனிகள் (செயல்பாடே இல்லாத, ஆட்களே இல்லாத, வெறும் பதிவு செய்யப்பட்ட கம்பெனிகள்) மூலமாக வங்கிகளில் பணம் டெபாசிட் செய்யப் பட்டது கண்டறியப்பட்டது. அந்த இரண்டு நாட்களில் அமெரிக்க டாலருக்கு நிகரான இந்திய ரூபாயின் மதிப்பு சரிந்தது.

அறிவிப்பின் பாதிப்பு மளிகைக் கடை, டீக் கடை, பால் விற்பனை, ஆட்டோ போன்ற வாடகை வாகனங்கள், உணவு விடுதிகள் போன்ற இடங்களில் அதிகம் தெரிந்தது. நடுத்தர வர்க்கமும் கடைநிலை மக்களும் ரொக்கமில்லாப் பரிவர்த்தனைக்குத் தயாராக இல்லாததால் சிரமத்துக்கு ஆளாகினர். தங்கள் கிரெடிட் கார்டு அளவை முழுதும் உபயோகித்தவர்கள் அல்லது வங்கியில் இருப்பு இல்லாதவர்கள் கையில் ரொக்கம் இருந்தாலும் பொருட்களை வாங்க முடியாமல் இரண்டு நாட்கள் தவித்தனர்.

நவம்பர் 9-ம் தேதி வங்கிகளுக்கு விடுமுறை விடப்பட்டிருந்தது. 9, 10 தேதிகளில் ஏடிஎம் மையங்கள் இயங்கவில்லை. ஏடிஎம் அனைத்தும் பணமின்றிக் காலியாக இருந்தன. அந்த இரு நாட்கள் இந்தியாவே முடங்கிக் கிடந்தது போல் ஒரு தோற்றம் ஏற்பட்டது.

நவம்பர் 10-ம் தேதி அன்று வங்கிகள் மீண்டும் திறந்தன. அனைத்து வங்கிக் கிளைகள் முன்பும் திரளான மக்கள் கூட்டத்தைப் பார்க்க முடிந்தது. கூட்டத்தை வங்கிகளால் சமாளிக்க முடியவில்லை. டெபாசிட் செய்வதற்கு ஒரு வரிசையிலும் பணத்தை மாற்றிக் கொள்வதற்கு மற்றொரு வரிசையிலும் மக்கள் நின்றனர். வங்கிகள் புதிதாய் அறிமுகப்படுத்திய 2,000 ரூபாய் நோட்டு களையும் பழைய 100 ரூபாய் நோட்டுகளையும் மட்டுமே விநியோகித்தன. ஏடிஎம்களைச் சீரமைக்கும் பணி அப்போது தொடங்கப்படவில்லை. இரண்டு லட்சம் ஏடிஎம் இயந்திரங் களைச் சீரமைக்க ரிசர்வ் வங்கியின் துணை ஆளுநர் எஸ்.எஸ். முந்திரா தலைமையில் ஒரு குழு நியமிக்கப்பட்டது. ஏடிஎம் இயந்திரங்களைச் சீரமைக்கும் இந்த மாபெரும் பணியில் வங்கிகளின் ஊழியர்கள், ரிசர்வ் வங்கி அதிகாரிகள், ரொக்க நிர்வாக நிறுவனங்களின் ஊழியர்கள், ஏடிஎம் இயந்திரத் தயாரிப்பு நிறுவனங்களின் பொறியாளர்கள் அனைவரும் ஒருங்கிணைந்து ஈடுபட்டனர். நாள் ஒன்றுக்கு 12,000 முதல் 12,500 ஏடிஎம் இயந்திரங்களைச் சீரமைக்கும் பணி போர்க்கால அடிப்படையில்

நடத்தப்பட்டது. இந்தப் பணி மூன்று வாரங்களில் முடியும் என்று நிதியமைச்சர் தெரிவித்தார்.

'சாதாரண மக்களின்மீதான மோதியின் அக்கறையை இந்த முடிவு காட்டுகிறது' என்று கிண்டலாக காங்கிரஸ் துணைத்தலைவர் ராகுல் காந்தி விமர்சனம் செய்தார். ஆனால், ரஜினிகாந்த், கமல்ஹாசன், அனில் கும்ப்ளே போன்றவர்கள் இந்த திட்டத்தை வரவேற்று டிவீட் செய்தார்கள்.

அறிவிப்பு வந்து இரண்டு வாரங்களுக்குப் பொருளாதார நிபுணர்கள் மத்தியில் கடும் விவாதங்கள் அரங்கேறின. இந்த விவாதங்களில் ஆதரவாகவும் எதிர்ப்பாகவும் இரு தரப்பும் மோதிக்கொண்டனர். 1946, 1978 ஆண்டுகளில் நடந்தேறிய பணமதிப்பு நீக்கம் நமக்குக் கொடுத்த முன்னனுபவங்கள், அந்த முடிவுகள் சந்தித்த தோல்விக்கான காரணங்கள், அந்தக் காரணங்கள் மீண்டும் தலை தூக்காமல் இருக்க எடுக்கவேண்டிய முன் நடவடிக்கைகள் ஆகியவை பெரும் விவாதப் பொருளாக இருந்தன.

தொடர்ந்து வந்த நாட்களில் பழைய 500 மற்றும் 1000 ரூபாய் நோட்டுகள் வங்கிகளில் குவியத் தொடங்கின. சட்டப்படி எந்தக் கட்டுப்பாடும் இல்லை என்றாலும் இரண்டரை லட்சம் ரூபாய்வரை கணக்கில் செலுத்தும் பணம் குறித்து எந்தக் கேள்வியும் எழுப்பப்படாது என்ற எதிர்பார்ப்பு ஏற்பட்டது. இதனால் கையில் இருக்கும் கருப்புப் பணத்தை ஒவ்வொரு வங்கிக் கணக்கிலும் இரண்டரை லட்சம் ரூபாய்வரை மக்கள் செலுத்தினர். திட்டம் அறிவிக்கப்பட்டு மூன்று வாரங்களில் (நவம்பர் 8 முதல் 27 வரை) 8.45 லட்சம் கோடி ரூபாய் வங்கிக் கணக்குகளில் சேர்ந்தது. எஞ்சிய 33 நாட்களில் வெளியே இருப்பதாகச் சொல்லப்படும் மொத்தப் பணமும் வங்கிக்குள் வந்துவிடுமா என்ற கேள்வி விமர்சகர்களால் எழுப்பப்பட்டது.

உலகில் பிற நாடுகள் பணமதிப்பு நீக்க முடிவுகளை எடுத்த சூழ்நிலையே வேறு. கட்டுக்கடங்காத பணவீக்கம் இருக்கும் போதுதான் அந்த முடிவுகள் எடுக்கப்பட்டன. இந்தியாவிலும், இதற்குமுன் நடந்த இரு பணமதிப்பு நீக்க நடவடிக்கைகளும் பணவீக்கம் கட்டுக்கடங்காத சூழலில் எடுக்கப்பட்டவையே. ஆனால், இம்முறை, அப்படி ஒரு சூழ்நிலை இல்லை என்றே சொல்லவேண்டும். கச்சா எண்ணெயின் விலை தாழ்நிலையிலும், உணவு உற்பத்தி தேவைக்கு அதிகமாகவும், வட்டி விகிதம் குறைவாகவும் இருந்தன. பணவீக்கம் தொடர்ந்து குறைவாகவே

இருக்கும் இந்த சூழலில் பணமதிப்பு நீக்கம் செய்யவேண்டிய அவசரத்தையும் அவசியத்தையும் பல பொருளாதார நிபுணர்கள் கேள்வி கேட்கின்றனர். பணமதிப்பு நீக்கம் என்ற உத்தி பொருளாதாரரீதியாக ஏற்படுத்தக்கூடிய பக்க விளைவுகளை அரசு கணக்கில் எடுத்துக்கொண்டிருக்கிறதா என்ற கேள்வியும் பல பொருளாதார நிபுணர்களால் எழுப்பப்பட்டுள்ளன.

நாடாளுமன்றத்தில் பேசிய முன்னாள் பிரதமர் மன்மோகன் சிங், இந்தத் திட்டத்தை 'மாபெரும் நிர்வாகத் தோல்வி' என்று குறிப்பிட்டார். இந்த அறிவிப்பு முறைகேட்டுக்கே வழிவகுக்கும் என்றார். நாடாளுமன்றத்தில் கடும் அமளி ஏற்பட்டது. பிரதமர் பதில் அளிக்கவேண்டும் என்று எதிர்க்கட்சிகள் வலியுறுத்தின. தொடர்ந்த அமளியில் நாடாளுமன்றம் இயங்காமல் போனது.

ரூ. 500, 1000 மதிப்புநீக்க நடவடிக்கையை எதிர்த்து நாடு முழுதும் பல்வேறு நீதிமன்றங்களில் வழக்குகள் தொடுக்கப்பட்டன. இந்த வழக்குகளைத் தடை செய்ய முடியாது என்றது உச்ச நீதிமன்றம். 'இந்த அளவுக்குப் பிரச்சினைகள் எழுந்திருக்கும்போது நாங்கள் எப்படிக் கதவுகளை அடைக்க முடியும்? மக்கள் பணத்துக்காக அலைக்கழிக்கப்படுகின்றனர். மக்கள் பாதிக்கப்பட்டுள்ளனர். கலவரங்களும் உருவாகலாம்' என்று உச்ச நீதிமன்றம் கருத்து தெரிவித்தது.

வங்கிகளிடம் பெற்ற பயிர்க்கடனிலிருந்து விவசாயிகள் வாரம் ரூ. 25,000 எடுத்துக்கொள்ள அனுமதி வழங்கப்பட்டது. வேளாண் விளைபொருள் ஒழுங்குமுறை விற்பனைக் கூடத்தில் (ஏபிஎம்சி) பதிவுசெய்துள்ள வர்த்தகர்கள் வாரத்துக்கு ரூ. 50,000 வங்கியிலிருந்து எடுத்துக்கொள்ள அனுமதி அளிக்கப்பட்டது. கூலித் தொழிலாளிகளுக்குச் சம்பளம் கொடுப்பதற்கு ஏதுவாக இந்தச் சலுகைகள் அறிவிக்கப்பட்டதாகத் தெரிவிக்கப்பட்டது.

அதேபோல், வேளாண் விளைபொருள் ஒழுங்குமுறை விற்பனைக் கூடத்தில் பதிவுசெய்துள்ள விவசாயிகள் தங்கள் விளைபொருள்களைக் கொள்முதல் செய்வோர் செலுத்தும் தொகையிலிருந்து வாரத்துக்கு ரூ. 25,000 வங்கியில் பெற்றுக் கொள்ளலாம் எனத் தெரிவிக்கப்பட்டது. பயிர்க்கடனுக்கான பிரீமியம் தொகையைச் செலுத்த விவசாயிகளுக்கு 15 நாட்கள் கால அவகாசம் தரப்பட்டது. இதுபோல் பணமதிப்பு நீக்கத்துக்குப் பிறகு விமர்சனங்களும் அறிவிப்புகளும் எனத் தொடர்ந்து வந்துகொண்டே இருந்தன. அவற்றைச் சுருக்கமாகப் பார்ப்போம்.

நவம்பர் 8

500 மற்றும் 1,000 ரூபாய் நோட்டுகள் செல்லாது என்று பிரதமர் அறிவித்தார். புதுவடிவத்தில் 2,000 ரூபாய் நோட்டுகள் வெளியிடப்பட உள்ளது என்றும் தெரிவித்தார். இந்த அறிவிப்பில் நவம்பர் 24-ம் தேதி வரை பழைய ரூபாய் நோட்டுகளை வங்கிகளில் கொடுத்து தினசரி 4,000 ரூபாய்வரை மாற்றிக் கொள்ளலாம் என்றும், டிசம்பர் 30-ம் தேதிவரை டெபாசிட் செய்துகொள்ளலாம் என்றும் அறிவித்தார்.

பெட்ரோல் பங்குகள், மருத்துவமனைகள், ரயில் நிலையங்கள், மருந்தகங்கள், விமான நிலையங்கள், பால் விநியோக மையம் போன்ற இடங்களில் நவம்பர் 11-ம் தேதிவரை 500 மற்றும் 1,000 ரூபாய் நோட்டுகளை மாற்றிக்கொள்ளலாம் என்று அறிவிக்கப்பட்டது.

நவம்பர் 10

மின்சாரக் கட்டணம், தண்ணீர்க் கட்டணம், வீட்டு வரி ஆகியவற்றைப் பழைய 500 மற்றும் 1,000 ரூபாய் நோட்டுகளைப் பயன்படுத்திச் செலுத்தலாம் என்று அறிவிக்கப்பட்டது.

நவம்பர் 11

நீதிமன்றங்களில் செலுத்தவேண்டிய தொகைகளுக்கும் 500 மற்றும் 1,000 ரூபாய் நோட்டுகளைப் பயன்படுத்தலாம் என்று அறிவிக்கப்பட்டது.

நவம்பர் 13

வங்கி கணக்கிலிருந்து வாரத்துக்கு ரூ. 24,000 வரை எடுத்துக் கொள்ளலாம். ஏடிஎம் மூலம் தினசரி ரூ. 2,500 வரை எடுத்துக் கொள்ளலாம். பழைய நோட்டுகளைத் தினசரி ரூ. 4,500 வரை மாற்றிக்கொள்ளலாம். வங்கிகளில் பணம் மாற்றும் முதியோருக்குத் தனிவரிசை அமைக்கப்படும் என்று நிதியமைச்சகம் அறிவித்தது.

நவம்பர் 17

வங்கிகளில் நாளொன்றுக்கு 4,500 ரூபாய் மாற்றலாம் என்பது 2,000 ரூபாயாகக் குறைக்கப்பட்டது. பயிர்க் கடனுக்காக விவசாயிகள் வங்கிகளில் வாரத்துக்கு 25 ஆயிரம் ரூபாய் பணம் எடுக்கலாம். பயிர்க் காப்பீட்டுக்கான தவணைத் தொகையைச் செலுத்த மேலும் 15 நாட்கள் நீட்டிப்பு.

நவம்பர் 18

டெபிட் மற்றும் கிரெடிட் கார்டுகளைப் பயன்படுத்தி பெட்ரோல் நிலையங்களில் 2,000 ரூபாய்வரை பெற்றுக்கொள்ள முடியும்.

நவம்பர் 24

பழைய 500 மற்றும் 1,000 ரூபாய் நோட்டுகளை வங்கிகளில் மாற்றிக்கொள்வது நவம்பர் 24-ம் தேதியோடு திடீரென நிறுத்தப் பட்டது.

1,000 ரூபாய் நோட்டுகளின் உபயோகம் முழுதும் நிறுத்தப் பட்டது. விலக்கு அளிக்கப்பட்ட சேவைகளுக்கு 500 ரூபாய் நோட்டுகளை மட்டுமே பயன்படுத்தலாம்.

நவம்பர் 26

திருமண வீட்டார், உரிய ஆவணங்களைக் காட்டி ரூ. 2.5 லட்சம் பணத்தை வங்கிக் கணக்கிலிருந்து எடுத்துக்கொள்ளலாம்.

புதிய வரி அமைப்பு அறிவிப்பு

டிசம்பர் 30-ம் தேதி வரை வங்கிக் கணக்கில் ரூ. 2.5 லட்சத்துக்கு மேல் டெபாசிட் செய்தவர்களின் விவரங்கள் சேகரிக்கப்படும் என்று அறிவிக்கப்பட்டது. இந்தக் காலகட்டத்தில் வங்கிக் கணக்கில் செலுத்தப்படும் பணத்துக்கு உரிய கணக்கு காட்டா விட்டால் அவர்கள் கட்டவேண்டிய வரி பற்றிப் புதிய அறிவிப்பு தரப்பட்டது.

உரிய கணக்கு காட்டாவிட்டால், குறைந்தபட்சம் 50 சதவீத வரி விதிக்கப்படும். இதுதவிர மீதியுள்ள பணத்தில் பாதியை (மொத்தத்தில் 25%) 4 ஆண்டுகளுக்கு அரசிடம் கொடுத்து வைத்திருக்கவேண்டும். இதனை அரசு ஏழைகளுக்கான நலத்திட்டங்களுக்குப் பயன்படுத்திக்கொள்ளும். நான்கு ஆண்டுகள் கழிந்தபின் வட்டி ஏதும் இன்றி அரசு இந்தப் பணத்தைத் திரும்ப அளித்துவிடும்.

பிக் பஜாரில் 2,000 ரூபாய்

நவம்பர் 24-ம் தேதி முதல் பிக் பஜார் சில்லறை விற்பனைச் சங்கிலிக் கடைகளில் ஏடிஎம் கார்டுகளைப் பயன்படுத்தி 2,000 ரூபாய் எடுத்துக்கொள்ளலாம் என்று கூறப்பட்டது.

ரூ. 2000 வரையிலான வர்த்தக நடவடிக்கைகளுக்கு டெபிட் மற்றும் கிரெடிட் கார்டுகளை பயன்படுத்திப் பணம் செலுத்தினால் சேவைக் கட்டணம் கிடையாது என்று மத்திய அரசு அறிவித்தது.

சுங்கக் கட்டணம் ரத்து

நவம்பர் 11-ம் தேதி நள்ளிரவு முதல் சுங்கச் சாலைகளில் சுங்கக் கட்டணம் தற்காலிகமாக நிறுத்திவைக்கப்படுவதாக மத்திய அரசு அறிவித்தது. பிறகு நவம்பர் 14, 18 மற்றும் 24 என அடுத்தடுத்து மூன்று முறை நீட்டிக்கப்பட்டது. பிறகு டிசம்பர் 1-ம் தேதி வரை நீட்டிக்கப்பட்டது.

ஜன் தன் வங்கி கணக்கில் டெபாசிட் ஆகியுள்ள தொகை

நவம்பர் 2 - 45,302 கோடி ரூபாய்

நவம்பர் 9 - 45,636 கோடி ரூபாய்

நவம்பர் 23 - 72,835 கோடி ரூபாய்

நவம்பர் 30 - 74,321 கோடி ரூபாய்

அஞ்சலகங்களிலும் பணமாற்றும் வசதி

வங்கிகள் தவிர அஞ்சலகங்களிலும் பழைய நோட்டுகளை மாற்றிக் கொள்ளலாம் என்று அரசு அறிவித்தது. ஏதேனும் ஓர் அடையாள அட்டையை வைத்துக்கொண்டு 4,000 ரூபாய் வரை மாற்றிக்கொள்ள அனுமதிக்கப்பட்டது.

விரலில் மை

ஒரே நபர் மீண்டும் மீண்டும் பழைய ரூபாய் நோட்டுகளை மாற்றுவதன்மூலம் கருப்புப் பணம் வெள்ளையாக மாற்றப் படுவதாகப் புகார் எழுந்தது. இதைத் தடுப்பதற்காக, வங்கியில் 500, 1,000 ரூபாய் நோட்டுகளை மாற்றுபவர்களின் வலது கை விரலில் மை வைக்கப்படும் என்று அறிவிக்கப்பட்டது.

'கருப்பை வெள்ளையாக்கக் கவலைப்படும் தேசத்தில் வெள்ளையை ஏன் கருப்பாக்குகிறீர்கள்? மை அடிப்பதை நிறுத்துங்கள். தலையிலும் விரலிலும்' என்று கவிஞர் வைரமுத்து கருத்து தெரிவித்தார்.

6

பணமில்லாப் பொருளாதாரத்தை நோக்கி இந்தியா

இந்தியா சுதந்திரம் அடைந்து 69 வருடங்கள் ஆகிவிட்டன. பல்வேறு கலாசாரங்களையும் பாரம்பரியத்தையும் கொண்ட நம் நாடு சுதந்திரம் அடைந்தபோது மிகவும் பின்தங்கியிருந்தது. அப்படிப்பட்ட நாட்டை மிகப் பெரிய சவால்களோடு ஆட்சியாளர்கள் முன்னோக்கிச் செலுத்தினர். விவசாயம், தொழில்துறை, தகவல் தொழில்நுட்பம், அறிவியல் என பல துறைகளிலும் குறிப்பிடத்தக்க வளர்ச்சியை அடைந்து கொண்டிருக்கிறோம். அனைவருக்கும் சம வாய்ப்பு, கல்வி, சுகாதாரம், தனிநபர் வருமானம் போன்ற சமூகக் காரணிகளிலும் முன்னேற்றம் கண்டுவருகிறோம்.

நம் நாட்டில் சமூக மாற்றமோ பொருளாதார மாற்றமோ, எதுவாக இருந்தாலும் எளிதில் நடந்தேறிவிடுவதில்லை. இந்த வளர்ச்சியை அடைவதற்கு மக்களும் ஆட்சியாளர்களும் மிகப் பெரிய சவால்களையும் சோதனைகளையும் கடந்துவந்துள்ளனர் என்பதே உண்மை. தற்போது அறிவிக்கப்பட்ட பணமதிப்பு நீக்கம் சாதாரண மக்களையும் நடுத்தர வர்க்கத்தையும் மிகப் பெரிய அளவுக்குப் பாதித்திருக்கிறது என்பதில் மாற்றுக் கருத்து இல்லை.

ஆனால் ஒரு சமூக மாற்றத்துக்கு நாம் தயாராகவேண்டிய சூழல் தற்போது ஏற்பட்டுள்ளது என்றே கூறவேண்டும்.

பிரதமர் மூன்று காரணங்களை முன்வைத்து பணமதிப்பு நீக்க அறிவிப்பை வெளியிட்டார். இந்த மூன்று காரணங்களையும் அறிவிப்பு பூர்த்தி செய்யுமா என்பது மிகப் பெரிய கேள்வியாக எல்லோர் மனத்திலும் இருந்தது. ஆனால் பணமதிப்பு நீக்க அறிவிப்பை அடுத்த 20 நாட்களுக்குப் பிறகு மத்திய அரசு மூன்று இலக்குகளையும் தவிர்த்துவிட்டு வேறு திசைக்கு இலக்கை மாற்றியது. அந்த நாட்களில் ரொக்கமில்லாப் பரிவர்த்தனை, டிஜிட்டல் பரிவர்த்தனை என்ற சொல்லாடல்கள் முக்கியத்துவம் பெற்றன.

அறிவிப்பு வந்து 30 நாட்களுக்குப் பிறகும் மக்கள் தங்கள் அன்றாடத் தேவைகளுக்குக்கூடப் பணம் எடுக்க முடியாமல் சிரமத்துக்கு ஆளாகினர். ஆனால் மறுபுறம் அரசு பணமில்லாச் சமுதாயத்தை நோக்கி மக்களை அழைத்துச்செல்வதற்குத் தேவையான நடைவடிக்கைகளை எடுத்துக்கொண்டிருந்தது. ஏற்கெனவே மக்கள் கஷ்டங்களை அனுபவித்துவரும் வேளையில் பணமில்லாப் பொருளாதாரத்துக்கு மத்திய அரசு ஏன் அழுத்தம் கொடுக்கிறது என்பதுபோன்ற சிந்தனைகள் எழத் தொடங்கின. அது மட்டுமல்ல, இந்தியா ஏன் பணமில்லாப் பொருளாதாரத்தை நோக்கிச் செல்லவேண்டும்? இதனால் இந்தியாவுக்கு என்ன நன்மை? இவைபோன்ற கேள்விகளும் எழுப்பப்பட்டன.

இந்தியப் பொருளாதாரத்தில், முறைசாராத் துறைகளில் 90 சதவீதப் பரிவர்த்தனை ரொக்கம்மூலமாகத்தான் நடைபெறுகிறது. இந்தியப் பொருளாதாரத்தில் பணம் என்பது ஒரு சக்திவாய்ந்த சாதனமாகும். யார் வேண்டுமானாலும் நேரடியாக ரொக்கத்தைக் கையாளலாம். தொழில்நுட்ப உதவி தேவையில்லை. நிதி இடையீடுகள் தேவையில்லை. ஒரு முறை பணம் கையில் வந்துவிட்டால் அதனை யார் வேண்டுமானாலும், எங்கு வேண்டுமானாலும், எந்த அளவில் வேண்டுமானாலும், யாரும் கண்டறியாதவாறு செலவு செய்ய முடியும். இதனால் வரி ஏய்ப்புகளும் கருப்புப் பணப் புழக்கமும் அதிக அளவில் பெருகியது. இதனைக் கட்டுப்படுத்த வேண்டும் என்றால் அனைவரையும் வங்கிக் கணக்குக்குள் கொண்டுவரவேண்டும். வெளிப்படையானதொரு பணப் பரிமாற்றத்தை நோக்கிக் கொண்டுவரவேண்டும். அப்போதுதான்

கருப்புப் பணம் உருவாவதைத் தடுக்க முடியும். இதை நோக்கித்தான் அரசு பணமற்ற பொருளாதாரக் கொள்கையை அறிவித்தது.

ஆனால், நெருக்கடியான சூழலில் தற்போது இதற்கு என்ன அவசரம் என்ற கேள்வி எழுவதில் நியாயம் இருக்கிறது. உடனடி யாக இதை அமல்படுத்தும்போது சில விளைவுகள் ஏற்படும். உதாரணமாக மறைமுக வரியை அதிகப்படுத்தலாம். வர்த்தகர்கள், சிறுவணிகர்கள், கடை நடத்துபவர்கள் மற்றும் நுகர்வோர் ஆகியோர்கள் விற்பனை வரி, சேவை வரி, மதிப்புக் கூட்டு வரி (வாட்), இன்னபிற மறைமுக வரிகளை ரொக்க நடவடிக்கைகள் மூலம் தவிர்த்து வருகின்றனர். ஆகவே 86 சதவீதம் புழக்கத்தில் உள்ள நோட்டுகளை அமைப்பிலிருந்து நீக்கிவிட்டால் சிலநாட்களுக்குமட்டுமே மக்கள் பணமின்றித் தவிப்பார்கள். அது மக்களை டிஜிட்டல் உள்ளிட்ட மாற்று வடிவங்களுக்கு அழைத்துச் செல்லும்.

ரொக்கமற்ற பரிவர்த்தனையின்மூலமாக சிறு வணிகர்களும் நடுத்தரக் குடும்பங்களும் மிகப் பெரிய பயனை அடைய முடியும். தற்போது இந்தியாவின் குறைந்த வருவாய் ஈட்டும் குடும்பங்கள் வட்டிக்குக் கடன் வாங்குகின்றன. சிறு சிறு பைனான்ஸ் நிறுவனங்களிடமிருந்தோ அல்லது புரோக்கர்களிடமிருந்தோ இந்தக் கடன்களைப் பெறுகின்றனர். இவர்களை முறைசார்ந்த பொருளாதார நடவடிக்கைகளுக்குள் இதுவரை கொண்டுவர முடியவில்லை. சுய உதவிக் குழுக்கள் போன்றவற்றால் குறிப்பிடத்தக்க மாற்றம் ஏற்பட்டிருந்தாலும் நிலைமை முழுமை யாக மாறவில்லை என்றுதான் கூறவேண்டும். இந்தியாவின் மிகப்பெரிய மக்கள் தொகையை வைத்துப் பார்க்கும்போது, இந்திய தொழிலாளர் வர்க்கத்தினரின் கடன் மற்றும் சேமிப்புகள் ஒரு மிகப்பெரிய சந்தை. இதை வங்கி அமைப்புக்குள் கொண்டு வருவது மிகப் பெரிய சவாலாக இருந்துவருகிறது.

இவர்களை ரொக்கமற்ற நடவடிக்கைகளுக்கு வலுக்கட்டாயமாக மாற்றுவதன்மூலம் முறைசாராத் தொழிலாளர்களையும் வணிகர் களையும் உடனடியாக முறைசார் அமைப்புக்குள் கொண்டுவர முடியும். தேநீர் விற்பவர் உட்பட அனைவரையும் வங்கி அமைப்புக்குள் கொண்டுவரும்போது அவருக்குக் கடன் உட்பட அனைத்து நிதி வாய்ப்புகளும் வழங்கப்படும். நிதி அமைப்பி

லிருந்து வெளியேற்றப்பட்டவர்கள் என்று யாரும் இல்லாமல் போய்விடுவார்கள். வருவாய் சமத்துவமின்மை, உண்மையான ஊதியங்களின் மந்த நிலை ஆகியவை இல்லாமல் போவதற்கான சாத்தியக்கூறுகளும் உள்ளன. அமைப்புசார்ந்த தொழிலாளர்களின் எண்ணிக்கை பெருமளவு உயரும்.

பணமில்லாப் பொருளாதார நடவடிக்கைகள் குறித்து நவம்பர் 27-ம் தேதியன்று பிரதமர் மோதி 'மன் கி பாத்' நிகழ்ச்சியில் பேசியது முக்கியத்துவம் வாய்ந்தது. இளைஞர்கள் எவ்வாறு பணமில்லாச் சமுதாயத்தை உருவாக்கவேண்டும் என்று அவர் பேசினார்:

'இளைஞர்களே! யுவதிகளே! நான் எடுத்திருக்கும் இந்த முடிவு உங்களுக்குப் பிடித்திருக்கிறது என்பதை நன்கறிவேன். தோழர்களே, நீங்கள்தான் எனது உண்மையான சிப்பாய்கள். குறுஞ்செயலி (மொபைல் அப்ளிகேஷன்) என்றால் என்ன என்பதை நீங்கள் நன்கு அறிவீர்கள். ஆன்லைன் பேங்கிங் (இணையம்மூலம் வங்கி அலுவல்) என்றால் என்ன என்பதை நீங்கள் அறிவீர்கள், இணையம்மூலம் பயணச்சீட்டுப் பதிவு பற்றியும் நீங்கள் அறிவீர்கள். உங்களுக்கு இந்த விஷயங்கள் மிக எளிதானவை. நீங்கள் இவற்றைப் பயன்படுத்தவும் செய்கிறீர்கள். ஆனால் இன்று நாடு செய்ய விரும்பும் மகத்தான பணி, நமது கனவான ரொக்கப் பணப் பரிவர்த்தனை இல்லா சமுதாயம். நூறு சதவீதம் ரொக்கப் பரிவர்த்தனை இல்லா சமுதாயம் என்பது சாத்தியமல்ல என்பது சரிதான். ஆனால் ஏன் நாம் பாரதத்தை குறைந்த ரொக்கப் பயன்பாட்டுச் சமுதாயமாக மாற்றுவதைத் தொடங்கக்கூடாது? ஒருமுறை நீங்கள் குறைந்த ரொக்கப் பயன்பாட்டுச் சமூகத்துக்கான நகர்வைத் தொடங்கினால் ரொக்கப் பரிவர்த்தனையே இல்லாத சமூகம் என்ற இலக்கு வெகு தொலைவில் இருக்காது. எனக்கு இந்த விஷயத்தில் உங்கள் உடல்ரீதியான உதவி, உங்கள் நேரம், உங்கள் உறுதிப்பாடு ஆகியவை தேவை.'

பிரதமர் பேச்சுக்குப்பிறகு பணமில்லாப் பொருளாதாரம் நோக்கிய பயணம் தெளிவாகியது. அனைத்து வழிகளிலும் மத்திய அரசு பணமில்லாப் பொருளாதாரத்தை உருவாக்கும் நடவடிக்கைகளை எடுக்க ஆரம்பித்தது. ஆனால் பணமில்லாப் பொருளாதாரத்துக்கு இப்போதுதான் நாம் தயாராகிவருகிறோமா என்றால் இல்லை

என்றுதான் கூறவேண்டும். ஏழு வருடத்துக்குமுன்பே பணமில்லாப் பொருளாதாரத்துக்கான விதை விதைக்கப்பட்டு விட்டது.

பணமில்லாப் பொருளாதாரத்தை நோக்கிய நகர்வு ஆதார் அட்டையில் ஆரம்பிக்கிறது. இந்தியாவில் மானியங்கள், நியாயவிலைக் கடைச் சலுகைகள், ஓய்வூதியம் ஆகியவை முறையான பயனாளிகளுக்குச் செல்கிறதா என்பதைக் கண்டறிவது அரசுக்கு மிகப் பெரிய சவாலாக இருந்தது. அதனால் ஒவ்வொரு இந்தியரின் விவரங்களையும் சேகரிக்க ஆதார் திட்டத்தின்கீழ் அரசு முயற்சி எடுத்தது. அதன் விளைவாகவே 2009-ம் ஆண்டு UIDAI என்ற அமைப்பை மத்திய அரசு நிறுவியது. இந்த அமைப்பு ஒவ்வொருவருக்கும் ஒரு 12 இலக்க எண்ணை அடையாள எண்ணாக வழங்க முடிவெடுத்தது. இந்தத் திட்டத்தின்கீழ் பயனாளிகளின் அனைத்து விவரங்களும் பெறப்பட்டன. அப்போதைய ஐக்கிய முற்போக்கு கூட்டணி அரசு 2010-ம் ஆண்டு ஆதார் மசோதாவை இரு அவைகளிலும் நிறைவேற்றியது. அதன் பிறகு ஆதார் அட்டை இந்திய அளவில் முக்கியத்துவம் வாய்ந்ததாக மாறியது. ஆதார் எண்கள் வங்கிக் கணக்கோடு இணைக்கப்பட்டன.

பிறகு 2014-ம் ஆண்டு ஆட்சிக்கு வந்த தேசிய ஜனநாயக கூட்டணி அரசு, ஆதார் மசோதாவில் திருத்தம் செய்தது. இந்த மசோதாவின் கீழ் அனைத்து மானியங்களும் சேவைகளும் ஆதார் கார்டுடன் இணைக்கப்பட்டு நேரடியாக வங்கி கணக்குக்கே செல்லும் படியான 'நேரடி மானியத் திட்டம்' கொண்டுவரப்பட்டது. சமையல் எரிவாயு மானியம் இதன்மூலமே வழங்கப்பட்டு வருகிறது. சமையல் எரிவாயு மானியத்தை நேரடியாக வங்கிகளில் சேர்ப்பிப்பதால் அரசு 1,764 கோடி ரூபாய் சேமித்துள்ளதாகத் தலைமைத் தணிக்கைக் குழு 2016-ம் ஆண்டு ஆகஸ்ட் மாதம் தெரிவித்தது.

2014-ம் ஆண்டு பிரதமர் தனது சுதந்திர தின உரையில் பேசும்போது நாடு சுதந்திரம் அடைந்து 68 ஆண்டுகளாகியும் 68 சதவீத மக்களுக்குக்கூட வங்கிக் கணக்கு இல்லை என்றும், இல்லாத அனைவருக்கும் உடனடியாக வங்கிக் கணக்கை ஆரம்பித்துக் கொடுத்து அவர்களை 'நிதித் தீண்டாமையிலிருந்து' விடுவிக்கப் போவதாகவும் அறிவித்தார்.

இந்த அறிவிப்பையொட்டிக் கொண்டுவரப்பட்டதுதான் ஜன் தன் யோஜனா. வங்கிக் கணக்கு அல்லாத அனைவரையும் வங்கி

அமைப்புக்குள் கொண்டுவரும் நோக்கத்தோடு கடந்த 2014-ம் ஆண்டு ஆகஸ்ட் 28-ம் தேதி ஜன் தன் திட்டம் அறிமுகப்படுத்தப் பட்டது. இந்த வங்கிக் கணக்கைத் தொடங்குவதற்கு ஆதார் அடையாள அட்டை போதுமானது. கணக்குகள் வைத்திருப் போருக்கு முப்பதாயிரம் ரூபாய்வரை ஆயுள் காப்பீடும் ஒரு லட்சம் ரூபாய்வரை விபத்துக் காப்பீடும் (எதிர்காலத்தில்) வழங்கப்படும். வங்கிக் கணக்கின் வரவு செலவு விவரங்களை ஆறு மாத காலத்துக்கு ஆராய்ந்துவிட்டு 5,000 ரூபாய் மிகைப்பற்று (ஓவர்டிராஃப்ட்) கடன் வசதி கொடுக்கப்படும். எந்தவித முன்பணமும் இல்லாமல் வங்கிக் கணக்கு தொடங்கப்படும். ஏடிஎம் கார்டும் உடனடியாக வழங்கப்படும்.

இந்தத் திட்டம் தொடங்கப்பட்ட ஒரே வாரத்தில் 1.8 கோடி வங்கிக் கணக்குகள் தொடங்கப்பட்டு சாதனை படைத்தது. 2016-ம் ஆண்டு டிசம்பர் 14-ம் வரை 25.97 கோடி ஜன் தன் வங்கிக் கணக்குகள் தொடங்கப்பட்டுள்ளன. தற்போது கிராமங்களில் மகாத்மா காந்தி ஊரக வேலைவாய்ப்புத் திட்டத்தின்கீழ் பணிபுரிபவர்களுக்கு வங்கிக் கணக்குமூலமாகவே ஊதியம் தரப்படுகிறது.

அடுத்ததாக யுபிஐ எனப்படும் ஒருங்கிணைந்த பணப் பரிவர்த்தனை முறை. 2016-ம் ஆண்டு ஏப்ரல் 11-ம் தேதி இந்தத் திட்டம் அறிமுகப்படுத்தப்பட்டது. மத்திய அரசு நிறுவனமான நேஷனல் பேமென்ட் கார்ப்பரேஷன் ஆப் இந்தியா இதைக் கொண்டுவந்துள்ளது. ஏற்கெனவே ஐஎம்பிஎஸ் என்று சொல்லக் கூடிய மின்னணு பணப் பரிவர்த்தனை செயல்பட்டுக் கொண்டிருக்கிறது. அதைவிட எளிதாகப் பணப் பரிவர்த்தனையை இதில் மேற்கொள்ள முடியும். ஒரு வணிகரின் வங்கிக் கணக்குக்குள் இந்த வசதியைக்கொண்டு நேரடியாகப் பணத்தைச் செலுத்த முடியும். ஒருவருடைய விபிஏ (யுபிஐ அடையாள முகவரி - மின்னஞ்சல் முகவரிபோல ஒரு முகவரி) தெரிந்திருந்தால் போதுமானது.

இணையவழி வணிகத்துக்கும் இதனைப் பயன்படுத்தலாம். கிரெடிட் கார்டு அல்லது டெபிட் கார்டு விவரத்தை அளிப்பதற்கு பதிலாக யுபிஐ அடையாள முகவரி விவரத்தை அளித்தால் பணப் பரிவர்த்தனை ஆன தகவல் உங்களுக்கு குறுஞ்செய்தியில் வந்து சேரும். இதில் ஒவ்வொரு முறையும் அதிகபட்சம் ரூ. ஒரு லட்சம் வரை பரிமாற்றம் செய்யலாம். இவையெல்லாம்

ஸ்மார்ட்ஃபோன் வைத்திருப்பவர்களுக்குத்தான் என்றில்லை. சாதாரண ஃபோனிலேயே இவற்றைச் செய்வதற்கு யுஎஸ்எஸ்டி என்ற சேவையும் உள்ளது.

இந்தியாவில் 24 கோடி ஸ்மார்ட்ஃபோன்கள் மட்டுமே தற்போது உள்ளது. இதில் சிலர் ஒன்றுக்கும் மேற்பட்ட ஃபோன்களை வைத்திருக்கலாம். மீதம் உள்ளவர்களிடம் ஸ்மார்ட்போன் சென்றடையவில்லை. கிராமங்களில் ஸ்மார்ட்ஃபோன் பரவல் குறைவு. அதேபோல் இணையத்தள வசதியும் கிராமங்களைச் சென்றடையவில்லை. ஆகவே இணைய வசதியையும் ஸ்மார்ட்ஃபோன்களையும் மக்களுக்குக் கொண்டுசேர்க்க வேண்டிய மிகப் பெரிய பொறுப்பு அரசிடம் இருக்கிறது. பணமில்லாப் பொருளாதாரத்தை நோக்கி நகர்வதில் யுபிஐ வளர்ச்சி மிக முக்கியமாகப் பார்க்கப்படுகிறது.

இப்படி கடந்த ஏழு வருடங்களாக ஐக்கிய முற்போக்குக் கூட்டணி அரசும் தேசிய ஜனநாயக முன்னணி அரசும் இந்தியாவில் பணமில்லாப் பொருளாதாரத்தை நோக்கி நம்மை நகர்த்தி வந்திருக்கின்றன. இது இயல்பான மாற்றமாகவும் இருந்து வருகிறது. இந்த மூன்று திட்டங்கள்மீது பல்வேறு விமர்சனங்கள் இருந்தாலும் இது மக்களிடையே வெகுவாகச் சென்று சேர்ந்துள்ளது என்பதில் மாற்றுக்கருத்து இல்லை.

பணமதிப்பு நீக்கத்துக்குப்பின் ரொக்கமில்லாப் பரிவர்த்தனை மிகுந்த முக்கியத்துவம் பெற்றது. மத்திய அரசு அதற்கான நடவடிக்கைகளை வேக வேகமாக எடுத்தது. ஆந்திர முதல்வர் சந்திரபாபு நாயுடு தலைமையில் ரொக்கமில்லாப் பரிவர்த்தனையை மேற்கொள்வதை எளிதாக்க ஒரு குழுவை நியமித்தது. இதில் ஆதார் தொழில்நுட்பத்தை உருவாக்குவதில் முக்கியப் பங்கு வகித்த நந்தன் நீலக்கேனியும் இருக்கிறார். மக்களிடமும் நல்ல மாற்றங்கள் தெரிகின்றன. மக்கள், வங்கிக் கணக்கைத் தொடங்குவதன் அவசியத்தைப் புரிந்துகொண்டுள்ளனர்.

உதாரணமாக, நவம்பர் 8-ம் தேதிக்குப் பிறகு புதிதாக ஜன் தன் கணக்குகள் அதிகமாகத் தொடங்கப்பட்டன. நவம்பர் 8-ம் தேதிமுதல் டிசம்பர் 14-ம் தேதிவரை புதிதாக 46.65 லட்சம் ஜன் தன் கணக்குகள் தொடங்கப்பட்டன. நவம்பர் 9-ம் தேதிவரை மொத்த ஜன் தன் வங்கிக் கணக்குகளின் சேமிப்புத் தொகை ரூ. 45,636.62 கோடியாக இருந்தது. டிசம்பர் 14-ம் தேதி மொத்தக் கணக்குகளின்

சேமிப்புத் தொகை ரூ. 74,123.13 கோடியாக அதிகரித்தது. அதேபோல் ஜீரோ பேலன்ஸ் என்று சொல்லக்கூடிய பணம் இல்லாத வங்கிக் கணக்குகளின் எண்ணிக்கை பணமதிப்பு நீக்க அறிவிப்புக்குப்பிறகு 0.4 சதவீதம் என்று குறைந்துள்ளது. நவம்பர் 9-ம் தேதி ஜீரோ பேலன்ஸ் உள்ள வங்கிக் கணக்குகளின் எண்ணிக்கை 23.24 சதவீதமாக இருந்தது என்பது குறிப்பிடத்தக்கது. மக்கள் முறைகேடாகப் பணத்தை ஜன் தன் வங்கிக் கணக்கில் போட்டிருந்தாலும் இதன் வளர்ச்சியைக் குறைத்து மதிப்பிட முடியாது.

பணமில்லாப் பொருளாதாரத்தை நோக்கி நகர்வதற்கு இந்தியாவில் சாத்தியக்கூறுகள் உள்ளனவா என்பது குறித்த விவாதங்கள் நடைபெற்றுவரும் அதே சமயத்தில் பணமில்லாப் பொருளாதாரத்துக்கு மாறுவதற்கு மக்கள் எவ்வாறு தங்களைத் தயார்படுத்திக்கொள்ளவேண்டும் என்ற பரப்புரைகள் நடை பெற்றுவந்தன. பணமதிப்பு நீக்கத்துக்குப்பின் இரண்டு விஷயங் கள் முக்கியத்துவம் பெற்றன. ஒன்று வாலட் சேவைகள், மற்றொன்று பாயிண்ட் ஆப் சேல் இயந்திரங்கள். பணமில்லாமல் பரிவர்த்தனைகளை எளிதாக்க இண்டர்நெட் பேங்கிங், மொபைல் பேங்கிங் ஆகிய சேவைகள் இருக்கின்றன. ஆனால் அவற்றைவிட தற்போது பணமில்லாப் பொருளாதாரத்தின் வேகத்தை அதிகரிப் பதில் வாலட்டுகள் மிக முக்கியப் பங்கு வகிக்கின்றன. மக்களின் அடிப்படைத் தேவைகள் பலவற்றை இந்த வாலட்டுகள்மூலம் நிறைவேற்றிக்கொள்ளும் அளவுக்குச் சேவைகள் விரிவடைந் துள்ளன. தனியார் நிறுவனங்களும் வங்கிகளும் இந்த வாலட் சேவையை நடத்திவருகின்றன.

பணம் செலுத்திக்கொள்வது, பரிமாற்றம் செய்வது என இரண்டு முக்கியமான சேவைகளை இந்த வாலட் நிறுவனங்கள் வழங்கு கின்றன. பேடிஎம், மொபிக்விக், பேயூமணி, ஃபிரீசார்ஜ், சிட்ரஸ்பே போன்ற பல நிறுவனங்கள் இந்தச் சேவைகளை மிகச் சிறப்பாக வழங்கிவருகின்றன.

500 மற்றும் 1,000 ரூபாய் நோட்டுகள் செல்லாது என்று மோதி அறிவித்த அடுத்த நாளே பேடிஎம் மிகப் பெரிய அளவில் விளம்பரங்களை வெளியிட்டது. தனியார் நிறுவனங்களை ஊக்குவிக்கவே பணமில்லாப் பொருளாதாரத்தை மத்திய அரசு ஊக்கப்படுத்தி வருவதாகவும் பல புகார்கள் எழுந்தன. இப்படிப்

பல புகார்கள் இருந்தாலும் இந்தியாவில் உள்ள வாலட் நிறுவனங்களில் அதிக வாடிக்கையாளர்களை வைத்திருக்கிறது இந்த நிறுவனம். குறிப்பாக பணமதிப்பு நீக்கத்துக்குப்பின் இந்த நிறுவனத்துடைய வர்த்தகம் 200 சதவீதம் அதிகரித்திருக்கிறது.

மற்ற சேவைகளைவிட வாலட்கள் ஏன் முக்கியத்துவம் பெறு கின்றன என்றால் ஒரு வாலட்டில் அனைத்துத் தேவைகளையும் பூர்த்தி செய்துகொள்ள முடிகிறது. மேலும் தற்போதைக்கு கிரெடிட் கார்டையோ அல்லது டெபிட் கார்டையோ பயன் படுத்தும்போது சலுகைகள் வழங்கப்படுவதில்லை. வாலட் நிறுவனங்கள் தங்களது வாடிக்கையாளர்களைத் தக்கவைத்துக் கொள்ளப் பல சலுகைகளை வழங்குகின்றன. கேஷ்பேக் சலுகை, சிறிய அளவிலான கடன்கள் போன்றவற்றை இந்த நிறுவனங்கள் வழங்கிவருகின்றன.

இது நல்லதொரு ஆரோக்கியமான போக்கு. தற்போது இந்தியாவில் 1.54 கோடி பேர் இந்த வாலட்களைப் பயன்படுத்தி வருகின்றனர். இது 2022-ம் ஆண்டில் 30 கோடி பேராக உயரும் என எதிர்பார்க்கப்படுகிறது. அடுத்த பத்தாண்டுகளில் பணமில்லாப் பொருளாதாரத்தில் வாலட்களின் பங்கு மிக முக்கியமானது.

அதேபோல் பாயிண்ட் ஆப் சேல் இயந்திரங்கள். பொதுவாக சூப்பர் மார்க்கெட் மற்றும் பெரிய கடைகளில் புழங்கி வந்த பாயிண்ட் ஆப் சேல் இயந்திரங்கள் பணமதிப்பு நீக்கத்துக்குப்பிறகு நடுத்தர வணிகர்களிடமும் சிறு வணிகர்களிடமும் சென்று சேர்ந்தன. முக்கியமாக, பணமதிப்பு நீக்கத்துக்குப்பிறகு பாயிண்ட் ஆப் சேல் இயந்திரம் வாங்குவதற்கான விண்ணப்பங்கள் ஐந்து மடங்கு அதிகரித்துள்ளன. சோதனை முயற்சியாக ரேஷன் கடை களிலும் ரயில் நிலையங்களிலும் பாயிண்ட் ஆப் சேல் இயந்திரங் கள் அறிமுகப்படுத்தப்பட்டுள்ளன.

இப்படி டிஜிட்டல் பொருளாதாரத்தை நோக்கியும் பணமில்லாப் பொருளாதாரத்தை நோக்கியும் பணமதிப்பு நீக்கத்துக்குப்பின் பல்வேறு நடவடிக்கைகள் எடுக்கப்பட்டுள்ளன.

மாற்றத்தின் வேகம் குறித்தும் அதை எப்படிச் செயல்படுத்த வேண்டும் என்றும் பல்வேறு நிலைப்பாடுகள் உள்ளன. ஆனால் மாற்றத்தின் தேவையை யாரும் நிராகரிப்பதில்லை. மாற்றத்தை எப்படிச் செயல்படுத்துவது என்பதில்தான் அனைவருக்கும்

வேறுபட்ட கருத்துகள் உள்ளன. ஆனால் சமீப வரலாறு என்ன சொல்கிறது என்று பார்ப்போம்.

ஒரு காலகட்டத்தில் தொலைபேசிச் சேவை என்பது மேல்தட்டு வர்க்கத்தினரை மட்டுமே சென்றடைந்தது. அரசு இந்த நிலையை மாற்ற முற்பட்டது. இந்தக் குறிக்கோளுடன் தொலைத்தொடர்புத் துறையில் தனியாரை அனுமதித்தது. பெருவாரியான மக்கள் ஐந்தே ஆண்டுகளில் நேரடியாகக் கைபேசிச் சேவைக்கு மாறினர். இவர்களில் பெரும்பாலானோர் இதற்குமுன் தொலைபேசிச் சேவையே இல்லாதவர்கள் என்பது குறிப்பிடத்தக்கது. அடுத்த ஐந்து ஆண்டுகளில் இத்தகைய மாற்றம் ரொக்கமில்லாப் பரிவர்த்தனையிலும் ஏற்படும் என்று எதிர்பார்க்கலாம். எப்படி கைபேசிச் சேவைகளின் கட்டணம் வெகுவாக குறைந்துள்ளதோ அப்படியே ரொக்கமில்லாப் பரிவர்த்தனைகளின் செலவுகளும் குறையும் என்று எதிர்பார்க்கலாம். புதிய சிந்தனைகள் வரும் போது அதற்கு ஆரம்பகட்டத்தில் பெரும் எதிர்ப்பு வருவதும் அதன்பின் அவை ஏற்றுக்கொள்ளப்படுவதும் நாம் நன்கு அறிந்ததே. பணமில்லாப் பொருளாதாரம் இதற்குச் சான்றாக அமையும்.

7

பணமதிப்பு நீக்கம் கருப்புப் பணத்தை ஒழிக்குமா?

கருப்புப் பணத்தை ஒழிக்கக் கொண்டுவரப்பட்ட முக்கிய நகர்வாகவே பணமதிப்பு நீக்கம் பிரதமரால் அறிமுகப்படுத்தப் பட்டது. அறிவிப்பு வெளிவந்த அன்று, பெரும்பாலான கருப்புப் பணம் வங்கிக்கு திரும்பாது என்றும் அவற்றை வைத்திருப்போர், அவற்றை அழித்துவிடுவர் என்றும் எதிர்பார்ப்பு இருந்தது.

எவ்வளவு பணம் திரும்பி வங்கிக்கு வராது என்பதே அடுத்த சில நாட்களுக்கு விவாதப் பொருளாக விளங்கியது. அந்தப் பணத்தை அரசும் ரிசர்வ் வங்கியும் எப்படிக் கையாளவேண்டும் என்றுகூடப் பல யூகங்கள் முன்வைக்கப்பட்டன.

ஆனால், நாட்கள் நகர நகர, தங்கள் வசமுள்ள மதிப்பிழந்த நோட்டுகளை மாற்றிக்கொள்ளும் வழிகளைப் பெரும் பாலானோர் கற்றுக்கொண்டுவிட்டனர். பிறருடைய வங்கிக் கணக்குகளில் பழைய நோட்டுகளைச் செலுத்தி திரும்ப எடுத்துக் கொள்வதும், இந்தப் பணத்தைப் பல வழிகளில் பிரித்துச் செலவிடுவதும், வங்கி ஊழியர் துணையோடு புது நோட்டாக மாற்றிக்கொள்வதும், கூலி ஆட்களை வங்கிக்கு அனுப்பிக் கையில் இருக்கும் பணத்தை மாற்றிக்கொள்வதும், தங்கமாக மாற்றிக்கொள்வதுமாக மக்கள் பல வழிகளில் அரசை ஏமாற்ற

முயன்றனர். கருப்புப் பணத்தைத் தங்கள் பெயரில் நேரடியாக வெளிப்படுத்தாமல் எளிதில் மாற்றிக்கொள்ளப் பெருவாரியான மக்களால் முடிந்திருக்கிறது.

இதனால், நேரடியாகவோ மறைமுகமாகவோ கிட்டத்தட்ட 90% பணம் மீண்டும் வங்கிக்கே திரும்பிவரும் சூழல் ஏற்பட்டிருக்கிறது. ஆனால், இந்தத் திட்டத்தின் உண்மையான விளைவு, கைவசம் இருந்த கருப்புப் பணத்தைக் காப்பாற்றிக் கொள்ள பெரும்பான்மையானோர் 25% முதல் 40% வரை செலவிட்டார்கள் என்பதே. இந்தச் செலவு அரசுக்குச் செல்ல வில்லை என்பதும், இடைத்தரகர்களுக்கும் வங்கி ஊழியர்கள் சிலருக்குமே சென்றது என்பதும் வருத்தத்துக்குரியது. அரசு உரிய முன் நடவடிக்கை எடுத்து இதைத் தவிர்த்திருக்கவேண்டும் என்று விமர்சகர்களும் எதிர்க்கட்சிகளும் முன்வைத்தனர். அரசு எடுத்த பல நடவடிக்கைகளும் அரசு வெளியிட்ட 60 அறிவிப்புகளும் அவசர அவசரமாக எடுக்கப்பட்டதாக விமர்சனம் செய்யப் பட்டன. இதனால் இந்த திட்டம் முதலில் ஏற்படுத்திய பரபரப்பான எதிர்பார்ப்பைச் சரிவரத் திருப்தி செய்யவில்லை என்றுகூடச் சொல்லலாம்.

ஆனாலும், பணம் வங்கிக்குத் திரும்பி வந்தாலே அது அரசுக்கும் இந்தத் திட்டத்துக்கும் தோல்வி என்ற கருத்தாக்கம் சரியல்ல. இதற்கு முக்கியக் காரணம், வங்கியில் செலுத்திய பணத்தைத் திரும்ப எடுப்பதற்கு அரசு இடம் கொடுக்கவில்லை. வங்கிக் கணக்குகளில் நடந்த பெரும்பணம் சார்ந்த பரிவர்த்தனைகள் வருமான வரித்துறை கவனத்துக்குத் தொடர்ந்து கொண்டு செல்லப்பட்டன. அந்தக் கணக்குகளை முடக்கவும், அந்த நபர்களின் அடுத்தகட்ட நகர்வுகளைக் கண்காணிக்கவும் அரசும் வருமானவரித் துறையும் ஏற்பாடுகளைச் செய்துள்ளன. முன்னெப் போதும் இல்லாத அளவு அரசு கருப்புப் பணத்தை எதிர்த்துப் பல உத்திகளைக் கையில் எடுத்ததும், பதுக்கப்பட்ட பணத்தைத் தொடர்ந்து வெளிக்கொண்டுவந்த நகர்வுகளும், தகவல் சேகரிப்பு நடவடிக்கைகளும் அரசின் தீவிரத்தைத் தெளிவுப்படுத்தியுள்ளன.

இதன் அறிகுறியாக குறிப்பிட்ட இடங்களில் அரசு எடுத்த பன்முனை நடவடிக்கைகளைச் சொல்லலாம். பல அதிரடிச் சோதனைகளை நடத்தி, புதிய நோட்டுகளாக மாற்றப்பட்ட கருப்புப் பணம் கைப்பற்றப்பட்டது. தவறு செய்த வங்கி ஊழியர்கள் கைது செய்யப்பட்டார்கள். பல வங்கிகளில் பொய்க்

கணக்குகளில் பதுக்கப்பட்ட கருப்புப் பணம் முடக்கப்பட்டது. வங்கிகளில் நிகழ்ந்த நடைமுறைத் தவறுகளையும் பணமாற்ற நடவடிக்கைகளையும் ரிசர்வ் வங்கி கண்டுபிடித்து, அரசுடன் ஒருங்கிணைந்து உடனடி நடவடிக்கைகளை எடுத்தது.

வருமான வரித்துறை, ரிசர்வ் வங்கி, அமலாக்கத் துறை ஆகிய மூன்றும் ஒன்றுசேர்ந்து செயல்பட்ட விதம் வரலாறு காணாத ஒரு பெருமாற்றம் என்றே சொல்லலாம். தகவல் பரிவர்த்தனை, தொடர் நடவடிக்கை எடுக்கும் வேகம், ஆவணப் பரிமாற்றம், ஆதாரங்களைப் பகிரும் விதம் ஆகியவற்றில் அரசின் நகர்வு களும், மேலாண்மையும் கருப்புப் பண ஒழிப்பின் தீவிரத்தை நிலைநாட்டின. ஆகவே, தொடர்ந்து கருப்புப் பணத்துக்கு எதிரான நகர்வுகளை அதிகாரத்தைக் கொண்டும், நிர்வாக முறைகள் வழியாகவும், நாடாளுமன்றச் சட்டத் திருத்தங்கள் மூலமாகவும் அரசு தொடர்ந்து எடுக்குமானால் கருப்புப் பொருளாதாரம் பெருவாரியாகக் குறையும்.

சட்டரீதியான மாற்றங்கள் கருப்புப் பண ஒழிப்புக்கு மிக அவசியம். வருமான வரிச் சட்டங்கள், தொழில் சட்டங்கள், தொழிலாளர் நலச் சட்டங்கள், சொத்து சார்ந்த சட்டங்கள் மற்றும் வர்த்தகச் சட்டங்களில் மாற்றங்கள் விரைவுபடுத்தப்பட்டுள்ளன. இந்த மாற்றங்களுக்கு நம் தொழில்முறைகளையும் வர்த்தகப் பழக்கங்களையும் மாற்றிக்கொள்வதைத் தவிர வேறு வழி இல்லை. இதில் மிக முக்கிய நகர்வு ரொக்கப் பரிவர்த்தனையை நீக்கி, பணமில்லாத் தொழில்முறைகளுக்கு மாறுவது. இந்த மாற்றத்தை யாரும் தவிர்க்க முடியாத சூழலை அரசு தொடர்ந்து ஏற்படுத்திவருகிறது.

மக்களை பாதிக்கக்கூடிய இரு வகை வரிகள், நேரடி மற்றும் மறைமுக வரிகள் ஆகும். வருமான வரி நேரடி வரியில் சேரும். கலால், சுங்கம் மற்றும் சேவை வரிகள் மறைமுக வரிகளில் சேரும். இவை இரண்டிலும் பெரும் மாற்றங்களை அரசு கொண்டுவர இருக்கிறது. பணமதிப்பு நீக்கத் திட்டம் நிறை வேறிய 55 நாட்களில்கூட பல முக்கிய நகர்வுகளை அரசு மேற் கொண்டிருக்கிறது.

புதிய வருமான வரிச் சட்டங்களை அரசு அவசரமாக நிறை வேற்றியது. கருப்புப் பணம் கண்டுபிடிக்கப்பட்டால் அதனால் நேரும் இழப்பு அதிகரிக்கப்பட்டு, தண்டனையும் கூட்டப்பட்டது. இந்தப் புதிய சட்டம் நிறைவேறியபின், கருப்புப் பணம்

சேகரிப்பதில் இருக்கும் பொருளாதார ஆதாயத்தைவிட அதனால் ஏற்படக்கூடிய கேடுகள் அதிகம் ஆகியுள்ளன.

இது, இந்தத் திட்டத்தின்மூலம் ஏற்பட்ட மிக முக்கியமான பொருளாதார மாற்றம் ஆகும். ஆனால் திட்டம் அமலில் இருந்தபோதுதான் இந்த மாற்றங்கள் இடைக்கால நடவடிக்கை களாக அறிவிக்கப்பட்டன. இவை தொடக்கத்திலேயே வந்திருக் கலாம் என்ற கருத்து திட்டத்தின்மீது வைக்கப்பட்ட விமர்சனங் களில் முக்கியமானது. ஆனாலும், அரசு காட்டிய வேகம் அதன் அர்ப்பணிப்பை மிகத் தெளிவாக வெளிப்படுத்தியது. மேலும் கருப்புப் பணம் உருவாகாத சூழலுக்கு அரசின் அனைத்து நடவடிக்கைகளும் வழிவகுத்தன. கருப்புப் பணத்தின் சுழற்சியும் புழக்கமும் முடக்கப்பட்ட சூழ்நிலையை அரசு ஏற்படுத்தியது. ஆனாலும், பழைய பழக்கங்கள் எளிதில் மாறாது என்பதே அரசு எதிர்கொண்ட முக்கியப் பிரச்சனையாக விளங்கியது.

தொழில் செய்து கருப்புப் பணம் சேகரிப்போர், வரி செலுத்து வதைத் தங்களுக்கு நஷ்டமாகக் கருதுகிறார்கள். வரியைக் கட்டா விட்டால் அந்தப் பணம் தம்முடைய லாபமாக நிற்கும் என்பதே அவர்களது கணக்காக இருக்கிறது. ஆனால், வரி கட்டுவதை நஷ்டமாகவும் இழப்பாகவும் கருதும் இந்த வர்க்கம், பணத்தை மாற்றிக்கொள்ளப் பெரும் தொகைகளை இழந்தது. இது அரசின் எதிர்பார்ப்புக்கு முரணானது என்றாலும், முழுத் தோல்வி என்று சொல்ல முடியாது. இந்த இழப்பும், இனி கருப்புப் பணத்தைக் கையாளுவதில் ஏற்படக்கூடிய சிரமங்களும், ஒரு நிரந்தர மாற்றத்தை ஏற்படுத்தும் என்று பலரும் கருதுகிறார்கள்.

ஆனாலும், அரசு கொடுத்த கடைசி வாய்ப்பான ஐடிஎஸ்-2 திட்டத்துக்கு (தாமாக முன்வந்து வருமானத்தைத் தெரிவிக்கும் திட்டம்) உடனடி வரவேற்பு இல்லை. ஐடிஎஸ்-2 மூலம் தங்கள் வசமுள்ள கருப்புப் பணத்தை வெளிப்படுத்துவதைவிட, நஷ்ட மடைந்தாலும் அந்தப் பணத்தை வேறு வழிகளில் மாற்றிக் கொள்வதையே பெருவாரியான மக்கள் விரும்பியுள்ளனர். அதன் விளைவே, அவர்களை இடைத்தரகர்களையும் வங்கி ஊழியர் களையும் நோக்கிச் செல்லத் தூண்டியுள்ளது.

குறுகிய காலத்தில், இவர்கள் வென்றதாக ஒரு பிம்பம் ஏற்பட்டாலும் பணத்தை மீண்டும் புழக்கத்துக்குக் கொண்டு

வருவதில் பல சிக்கல்கள் ஏற்பட்டுள்ளன. இந்த 55 நாட்கள் கண்ட மன உளைச்சல், தொழில் இழப்பு, பணமாற்றுச் சிக்கல்கள், சிக்கிவிடுவோமோ என்ற பயம், ரொக்க மாற்றத்தில் அடைந்த நஷ்டம் ஆகியவை பலரையும் சிந்திக்கவைத்திருக்கும். இந்தக் காலகட்டம் எத்தகைய மன மாற்றங்களையும் தொழில்முறை மாற்றங்களையும் கொண்டுவரும் என்பது வரும் காலங்களில்தான் தெரியும். 55 நாட்கள் என்பது ஒரு வர்த்தக நிறுவனத்தின் நடப்பில், ஒரு நீண்ட காலகட்டம்.

நாட்டில் புழக்கத்தில் இருந்த நோட்டுகளில் பெரும் பகுதியை நீக்கி, ரொக்கமில்லாப் பரிவர்த்தனையைக் கையாள அரசு அறிவுறுத்தியது. மக்களை அரசு நிர்பந்தித்தது என்றுகூடச் சொல்லலாம். இந்தக் காலகட்டத்தில் மக்களின் நுகர்வு முதலில் முடங்கியது. இதே காலகட்டத்தில், தங்கள் பெருவாரியான வர்த்தகத்தை ரொக்கம் மூலமே செய்தோரின் தொழில்கள் முழுதும் முடங்கின. அவர்கள் தங்கள் தொழில்முறையை அவசர மாக மாற்றிக்கொள்ள நிர்பந்திக்கப்பட்டனர். வாடிக்கை யாளரைத் தக்க வைத்துக்கொள்ளவேண்டிய கட்டாயத்தில் இவர் களில் பலர் உடனடியாக ரொக்கமில்லாப் பரிவர்த்தனைக்கு மாறினர்.

கிரெடிட் கார்ட் இயந்திரங்களை வாங்கியும், ஈ-வாலட் மூலம் பணம் பெற்றுக்கொள்ள நடவடிக்கை எடுத்தும் தங்கள் வாடிக்கை யாளர்கள் ரொக்கமில்லாது நுகர்வைத் தொடர வழி வகுத்தனர். ஆக, ஒரு பக்கம் பண மாற்று இந்த திட்டத்தின் நோக்கத்திற்கு எதிராக அமைந்தாலும், வர்த்தக நிறுவனங்கள் வரலாறு காணாத மாற்றங்களை மேற்கொண்டன. இதனால் கிரெடிட் கார்டு மற்றும் டெபிட் கார்ட் வழியான விற்பனை பன்மடங்கு கூடியது.

டிஜிட்டல் இந்தியா என்ற திட்டம் எதோ ஒரு விளம்பர உத்தி என்றே நம்பிய பலரும், பணமில்லாப் பொருளாதாரம் என்பதன் சாத்தியக்கூறு பற்றிய அவநம்பிக்கையை எழுப்பினர். ஆனாலும், நடைமுறையில் அனைத்துத் தரப்பு மக்களும் டிஜிட்டல் பரிவர்த்தனைக்கு மாறினர். தொடர்ந்து அரசும் பல வழிகளில் மக்களை மாற்றத்துக்குத் தயார்ப்படுத்தியது. பல வகையான ஊக்கத் திட்டங்களை அறிவித்தது.

வரும் காலங்களில் ரொக்கமில்லாப் பரிவர்த்தனை பன்மடங்கு வளரும் என்பதில் சிறிதும் ஐயமில்லை. மொத்த வர்த்தகத்தில் ரொக்கமில்லாப் பரிவர்த்தனை வளர வளர, அது ஒரு பெரிய

மாற்றத்துக்கு வித்திடும். இனி நடக்கும் ரொக்கமில்லாத வர்த்தகம், தொழில்முறை கருப்புப் பணம் உருவாவதைப் பெரிதும் குறைக்கும். கருப்புப் பணம் அதன் உருவிடத்திலேயே தடுக்கப்படும். அதன் தொடர் வளர்ச்சியும் முழுதும் முடங்கிவிடும்.

இதன் வெளிப்பாடாக, கருப்புப் பணம் மேலும் உருவாவது தடுக்கப்படும் என்பது எல்லோரும் ஏற்கும் ஓர் எதிர்பார்ப்பு. புள்ளியியல் எந்த ஒரு முடிவின் விளைவையும் தெளிவாகச் சொல்லும் என்பார்கள். பணமதிப்பு நீக்கம் விவகாரத்தில் ஒரே புள்ளிவிவரம் சார்ந்து எல்லாக் கருத்து நகர்வுகளும் இதுவரை பயணித்துவந்தன. எவ்வளவு பணம் வங்கிக் கணக்குகளுக்குத் திரும்ப வந்தது என்பதே அது. ஆனால், அத்தகைய அணுகுமுறை, இந்த விவாதத்தைச் சிதைத்துப் பொருளிழக்கச் செய்யும். இந்த முடிவின் தாக்கம் பல விதங்களில் பெரிய மாற்றங்களை ஏற்படுத்தும் என்பதையே பிற புள்ளிவிவரங்கள் தெளிவு படுத்துகின்றன. வாலட் மூலம் நடக்கும் வர்த்தகத்தின் எண்ணிக்கை, பாயிண்ட் ஆப் சேல் இயந்திரங்களின் பரவல், டெபிட் கார்டு மூலம் நடக்கும் பரிவர்த்தனையின் வளர்ச்சி ஆகியவை இந்தத் திட்டம் சார்ந்த வாதங்களை பலப்படுத்தின.

வெறும் பணமதிப்பு நீக்கம் ஒன்றை மட்டுமே வைத்துக்கொண்டு கருப்புப் பண ஒழிப்பை அணுகக்கூடாது. இதன் நீட்சி நடவடிக்கைகளை கூர்ந்து கவனிக்க வேண்டும். ஒரு நிறுவனம், நடைமுறையில் ரொக்கப் பரிவர்த்தனையே இல்லாமல் தொழில் செய்தால், அந்த நிறுவனம் கருப்புப் பணத்தை உருவாக்கும் சாத்தியக்கூறுகள் மிகக் குறைவு என்றே சொல்லலாம். அந்த நிறுவனத்தின் அனைத்துப் பரிவர்த்தனைக்கும் ஆவணப் பதிவு இருக்கும். ஆகவே, பணத்தின் நகர்வுகளை எளிதில் கண்டுபிடித்து விடலாம். இதுவே, கருப்புப் பணச் சேகரிப்புக்குத் தடையாக அமையும். வரி ஏய்ப்பு இல்லாத ஒரு நிலைமை ஏற்பட்டால் அதுவே கருப்புப் பணத்தை ஒழிக்கும்விதமாக அமையும். இதற்கு, வரிச் சட்டங்களில் மாற்றங்கள் அவசியம். அந்த மாற்றம்தான் ஜிஎஸ்டி வரிச்சட்டம்.

இந்தச் சட்டம் நாடு தழுவி ஒரே வரியை அமலுக்கு கொண்டுவரும். ஒரு பொருளின்மீது இந்தியா முழுதும் ஒரே வரி விதிக்கப்படும். தற்போது இருக்கும் வரி வேறுபாடுகள் அகற்றப் பட்டு சீரமைக்கப்பட்ட வரிச் சட்டமாக ஜிஎஸ்டி அமையும். இது

ஒரு மாநிலத்தில் குறைந்த வரியை செலுத்தி வேறு மாநிலத்தில் நடக்கும் வரி ஏய்ப்பைத் தடுக்கும். இந்தச் சட்டம் முழுக்க முழுக்கத் தொழில்நுட்பம் சார்ந்த அணுகுமுறையைக் கொண்டு வரி ஏய்ப்பைத் தடுக்கும் என்று எதிர்பார்க்கப்படுகிறது. இதன் நிர்வாகம், நாடு தழுவி ஒரே மென்பொருள் கட்டமைப்பு கொண்டு நடக்கும். இதன் மேலாண்மையை, நாட்டின் முக்கிய மென்பொருள் நிறுவனமான இன்போசிஸ் மேற்கொள்கிறது.

நாடு தழுவிய நெட்வொர்க்கை ஜிஎஸ்டிஎன் என்று ஒரு பிரத்யேக நிறுவனம் இயக்கும். ஒரே இடத்தில், நாடு முழுவதும் நடக்கும் எல்லா வர்த்தகத்தின் தகவல்களையும் சேகரிக்கும்போது ஒரு நிறுவனத்தின் அனைத்து விவரங்களும் அரசுக்குத் தெரிந்துவிடும். வர்த்தகச் சங்கிலி தெளிவாக இருக்கும். இதனை உடைத்து எங்காவது வரி ஏய்ப்பு செய்தால் எளிதில் கண்டுபிடிக்க முடியும். தகவல் சார்ந்த முன்னேற்றங்கள் எப்போதுமே வரி ஏய்ப்பினைக் குறைக்கும் என்பது நம் நாட்டின் அனுபவம். இதற்கு நல்ல உதாரணம், முழுவதும் பணமில்லாமலும், மின்முறை மூலமாக வும் நடக்கும் இந்தியப் பங்கு மற்றும் கமாடிட்டி சந்தைகள். நாட்டின் வர்த்தகச் சந்தைகளை இதே முறைக்கு மாற்றி அமைப்பதைத்தவிர வேறு வழி இல்லை என்று தொடர்ந்து வந்த மத்திய அரசுகள் உணர்ந்தன. அந்த உணர்வு இப்போது நடைமுறைபடுத்தப்படுகிறது. இந்த நகர்வில் ஒரு முக்கியத் தேவை பணமில்லாப் பரிவர்த்தனை.

நாட்டில் புழக்கத்தில் உள்ள பணத்தில் 85 சதவீதம் அதிக மதிப்பீடு நோட்டுகளாக இருப்பதும், உலகின் பிற நாடுகளுடன் ஒப்பிடும் போது மொத்தப் பொருளாதாரத்தில் ரொக்கம் மிக அதிகமாகப் புழங்குவதும், கருப்புப் பொருளாதாரத்தின் வளர்ச்சிக்கே வழி வகுத்தது. இதை மாற்றி அமைக்காமல் மேலும் மேலும் சட்டங்களைக் கொண்டுவருவது பொருளாதாரத்தைச் சீரமைக் காது என்று அரசின் உயர் மட்டத்தில் இருப்போர் நன்கறிவர். இதனை மாற்ற மக்களின் அடிப்படைப் பொருளாதாரப் பழக்கங்களை மாற்றவேண்டும். இந்த மாற்றத்தை இரண்டு வகையில் கொண்டுவரலாம். ஒன்று, மிதமான அணுகுமுறை கொண்டு ஐந்து ஆண்டுகளில் இதனைச் சாதிக்கலாம். அல்லது, அதிரடியான முறையில் மாற்றத்தை ஏற்படுத்தலாம்.

அரசு இரண்டாம் அணுகுமுறையைத் தேர்ந்தெடுத்திருக்கிறது என்பதில் யாருக்கும் ஐயமில்லை. இதற்கு முக்கியக் காரணம்,

பெரிய மாற்றங்களைக் கொண்டுவரும்போது, அந்த மாற்றங்கள் விரைவில் வெற்றி அடையவேண்டும். அப்போதுதான், சமூகத்தின் முழு ஏற்பும் கடைப்பிடிப்பும் நடக்கும். கால அவகாசம் கொடுத்தால், அதுவே திட்டத்தின் தோல்விக்கு வழிவகுக்கும். பல வழிகளில், ஓட்டைகள் கண்டுபிடிக்கப்பட்டு அவையே நடைமுறை ஆகிவிடும். பணப் புழக்கத்தை அரசு குறைத்தது, மொத்த அதிக மதிப்பீடு நோட்டுக்களின் அளவை அடையாளம் தெரிந்துகொள்ள உதவியுள்ளது. பணமதிப்பு நீக்க முயற்சி மிக அவசியம் என்பதைக் காலம் நிரூபிக்கும்.

அடுத்த ஓராண்டில் ஜிஎஸ்டி அமலுக்கு வருவதற்குமுன், கருப்பு பொருளாதாரத்தை முடக்க அரசு தீர்மானித்தது என்றே சொல்லலாம். அந்தத் தீர்மானத்தின் முதல் நகர்வே பணமதிப்பு நீக்கம். தொடர்ந்து வரும் நடவடிக்கைகள் கருப்புப் பொருளா தாரத்தைப் பெரிதும் முடக்கும். தொழில் மற்றும் வர்த்தகம் சார்ந்த கருப்புப் பணம் பெருவாரியாகக் குறையும். தொழில்கள் சீரான வரிக் கட்டுப்பாட்டுக்குள் இயங்கத் தொடங்கும்.

அரசியல் மற்றும் அரசு நிர்வாகம் சார்ந்து புழங்கும் கருப்புப் பணத்தை ஒழிக்காமல், கருப்புப் பணத்துக்கு எதிர்வினை ஆற்றுவது அர்த்தமற்றது. இதற்கு, அரசு நடத்தும் கொள்முதல் முறைகளில் மாற்றம் ஏற்படவேண்டும். ஆண்டுதோறும், அரசின் மொத்தப் பொதுக் கொள்முதல் ரூ. 10 லட்சம் கோடியயைத் தாண்டும். இந்த கொள்முதலில் ஊழல் நடக்காமல் சீராக நடக்க வழிமுறைகளை உருவாக்கவேண்டும். ஊழலை பொதுமக்கள் வெளிக்கொணர அவர்களுக்கு அதிகாரம் வேண்டும். இவை அனைத்தையும் சட்டத் திருத்தங்கள் மூலமும் நிர்வாகச் சீர்திருத்தங்கள் மூலமும் கொண்டுவரவேண்டும். ஆர்டிஐ சட்டம் இதற்கு ஒரு நல்ல உதாரணம். ஊழல் பற்றிய தகவல் தெரிவிப் போர் பாதுகாப்புச் சட்டமும் முக்கியச் சான்று. ஆனால், இன்னமும் நிறையச் செய்யவேண்டியுள்ளது. பொதுக் கொள்முதல் மசோதா நாடாளுமன்றத்தின்முன் நிறைவேறக் காத்திருக்கிறது.

அரசு தொடர்ந்து ஊழல் தடுப்பு முறைகளை மேம்படுத்த வேண்டும். கருப்புப் பணத்தை ஒழிக்க அதிகார வர்க்கத்தில் பெரிய மாற்றங்கள் ஏற்படவேண்டும். எப்படி சாமானிய மக்களை அதிரடி மாற்றத்துக்கு உட்படுத்தியிருக்கிறோமோ, அதே

முறையில் அரசியல்வாதிகளையும் அதிகார வர்க்கத்தையும் அதிரடி மாற்றத்துக்கு உட்படுத்தவேண்டும். தவறு செய்வோர் விரைந்து தண்டிக்கப்பட வேண்டும். இதற்கெனப் பிரத்யேக நீதிமன்றங்களை அமைக்கவேண்டும்.

கருப்புப் பணத்தை ஒழிப்பது முடியாத காரியமல்ல. ஆனால், அதைச் சாதிக்க வேகம், அரசியல் துணிவு, அதிகார வல்லமை, நிர்வாகச் சீர்திருத்தம், சட்டச் சீர்திருத்தம், அரசியல் நிதிச் சீர்திருத்தம் ஆகியவை அவசியம்.

நம் நாடு அடுத்த கட்டம் நோக்கி மேற்கொள்ளும் நகர்வுகள் இந்த முடிவுகளின் வெற்றியை ஒட்டியே அமையும். வெளி நாடுகளில் இந்தியர்களால் பதுக்கப்பட்டிருக்கும் பணத்தை வெளியில் கொண்டுவர, இந்தப் பணம் அதிகமாக வைக்கப்பட்டிருக்கும் நாடுகளோடு இரு நாட்டு ஒப்பந்தங்கள் நிறைவேற்றப்பட வேண்டும். இந்த ஒப்பந்தங்கள் அந்த நாட்டு வங்கிக் கணக்குகளில் இந்தியர்கள் பதுக்கியிருக்கும் பண விவரங்களை நம்மோடு பகிர்ந்துகொள்ள வழி வகுக்கும். காலப்போக்கில், இத்தகைய நடவடிக்கைகளால் கருப்புப் பணம் குறைந்துவிடும்.

அதேபோல் தேர்தல் நிதி சேகரிப்பு முறைகளும் மாறவேண்டும். அரசியல் கட்சிகள் வெளிப்படைத்தன்மையைக் கடைப்பிடிக்க வேண்டும். தேவையானால் அரசே கட்சிகளுக்கு தேர்தல் நிதி கொடுக்கலாம். தேர்தல் அரசியல்தான் கருப்புப் பணப் புழக்கத்துக்குக் காரணம் என்று ஒரு தரப்பினர் முன்வைக்கும் வாதங்களை அரசு முறியடிக்கவேண்டும். ரொக்கம் மூலம் தேர்தல் நிதி திரட்டும் வழிமுறையை அறவே ஒழிக்கவேண்டும். தேர்தல் கமிஷன் முன்மொழியும் மாற்றங்களை அரசு உடனடியாக ஏற்க வேண்டும். இத்தகைய மாற்றங்கள், வரும் காலத்தில் கருப்புப் பணத்தை அரசியலிலிருந்து பெருமளவு ஒழித்து, அரசியல் கட்சிகளின் செயல்பாட்டில் வெளிப்படைத்தன்மையைக் கொண்டுவரும்.

பணமதிப்பு நீக்கம் கருப்புப் பணத்தின் ஆணி வேர்களை ஆட்டு வித்திருக்கிறது. கருப்புப் பொருளாதாரத்தை நிலைகுலையச் செய்திருக்கிறது. வரும் காலகட்டத்தில் இதன் பலன்களை நாம் பார்ப்போம் என்றே எண்ணத் தோன்றுகிறது. எந்த அடிப்படை மாற்றமும் ஏற்பட, பிரச்சினையின் உருவிடத்திலிருந்து தொடங்க வேண்டும்.

பணமதிப்பு நீக்கம் இதைச் சாதித்திருக்கிறது. கருப்புப் பொருளாதாரத்தில் ஊறிய மக்கள்கூட இந்த 55 நாட்களில் தங்கள் வழிமுறைகளை மாற்றிக்கொள்ளும் முடிவுக்கு வந்துள்ளனர். அரசு இந்த மனநிலையை வளர்த்து, வரும் காலங்களில் கருப்புப் பணல் இல்லாத ஓர் எதிர்காலத்துக்கு வித்திடவேண்டும். கருப்புப் பொருளாதாரத்திலிருந்து மாற தக்க ஊக்கம் கொடுக்கப்பட வேண்டும். அதே சமயம், கருப்புப் பணம் சிக்கினால் வரும் இழப்பு மிகக் கடினமானதாக இருக்கவேண்டும். 1991-ம் ஆண்டு பொருளாதாரச் சீர்திருத்தை எப்படி இன்றும் நினைவு கூர்கிறோமோ, அதேபோல 2016-ம் ஆண்டின் பொருளாதார நிகழ்வுகள் நம் பொருளாதார வரலாற்றில் பல ஆண்டுகள் பேசப்படும்.